అసమర్థుని జీవయాత్ర

AA000316

గోపీచంద్

అలకనంద ప్రచురణలు

59-6-15, కంచుకోట వీధి,మేరిస్ స్టెల్లా కాలేజి ఎదురుగా,
విజయవాడ 520 008

ASAMARDHUNI JEEVAYATRA

by **Gopichand**

Published by
ALAKANANDA PRACHURANALU
PUBLICATIONS WING OF ASHOK BOOK CENTRE
#59-6-15, Kanchukota Street,
Opp. Maris Stella College,
Vijayawada - 520 008
Phones : (0866) 2476966, 2472096
e-mail: abcbooksvj@gmail.com

FIRST ALAKANANDA EDITION
November 2012

Reprints
August 2020, August 2021
February 2022, February 2024
October 2024

DT
Sri Sai Graphics
Vijayawada - 10

Printed at
SRI NAGENDRA ENTERPRISES
Vijayawada - 3. Ph.:2435115

ISBN : 978-81-8294-076-5

Visit Our online Book Store
www.ashokbookcentre.com

Price

Rs. **130 /-**

నాన్నగారికి

ఎందుకు?

అన్న ప్రశ్న నేర్పినందుకు.

ముందుమాట

ఆధునిక తెలుగు సాహిత్యంలో ఏనాటినించో కవిత్వం, కథ పందెం వేసుకు పరిగెడుతున్నాయి. నాటకం, నవల వెనకబడి ఉన్నాయని చెప్పవచ్చు. పౌరాణిక నాటకాలూ, సంగీత నాటకాలు సామాజిక అంశాలకి ఆటే చోటివ్వలేదు. నాటికలు మాత్రం సామాజికతత్వాన్ని సంతరించుకుని కొన్ని మేలు బంతులు అందించ గలిగాయి. అలాగే తక్కిన ప్రక్రియల జోలికి వెళ్ళకుండా కేవలం నవలలే రాసిన వారు తెలుగులో చాలా తక్కువని చెప్పవచ్చు. అయితే తెలుగులో మంచి నవలలు లేవా? ఉన్నాయి. అయితే ఆ నవలలు రాసిన వారు మాత్రం కథకులే. చలం, శ్రీపాద, మల్లాది, కొడవటిగంటి, గోపీచంద్, బుచ్చిబాబు, రావిశాస్త్రి నవలలు రాశారు. కాని మనం వీరికి కథకులుగానే పెద్ద పీటలు వేస్తున్నాం. మనకిది పరిపాటయిపోయింది. అందాకా ఎందుకు? చిలకమర్తి, కొన్ని మంచి నవలలు రాసినా ఆయన్ని పౌరాణిక నాటక కర్తగానే మనం నెత్తిన పెట్టుకుంటున్నాం. అలాగే విశ్వనాథ 50 పైచిలుకు నవలలు రాసినా ఆయన్ని కవి సామ్రాట్‌గానే కొలుస్తున్నాం. అయితే 20వ శతాబ్దం అయిదవ దశాబ్ది దాటక ముందు తెలుగులో ఆరంటే అక్షరాలా ఆరే మంచి నవలలని ఒక విమర్శకుడన్నాడు. 'మాలపల్లి', 'ఏకవీర', 'అసమర్థుని జీవయాత్ర', 'చివరకు మిగిలేది, అల్పజీవి, కీలుబొమ్మలు. ఈ అంచనా ఎక్కువ మందికి ఆమోదం కాదనే సంగతి మనందరికీ తెలుసు.

గోపీచంద్ తొలి కథ రాసిన (1928) పదేళ్ళకి (1943) గాని తొలి నవల రాయలేదు. 'అసమర్థుని జీవయాత్ర' ఆయన రెండో నవల. దీని రచనా కాలం (1945-46). ఆంధ్రప్రభ దినపత్రిక ఆదివారపు సాహిత్యానుబంధాలలో సీరియల్ నవలగా వెలువడింది. ఈ నవలని గోపీచంద్ తన నాన్న రామస్వామి చౌదరికి అంకితం ఇచ్చాడు. **'ఎందుకు ? ఎందుకు'** అనే ప్రశ్ననేర్పినందుకు. రామస్వామి చౌదరి (1887-1943) తెలుగునాట పేరు మోసిన హేతువాది, నాస్తికుడు, కుల, మతాలని చీల్చి చెండాడిన వాడు. మూఢనమ్మకాల మీద నిర్విరామంగా సంగ్రామం సాగించాడు. పేరెన్నిక కన్నవాడు.

ఈ నవలకి ఇంత నేపథ్యం ఉంది. "అంతరిస్తున్న జమీందారీ వ్యవస్థ, అప్పుడప్పుడే స్థిరపడుతున్న పెట్టుబడిదారీ వ్యవస్థ, ఈ రెండింటి సంఘర్షణలో ఒక అపురూపమైన సందిగ్ధ మనస్తత్వాన్ని సంతరించుకున్న పాత్ర సీతారామారావు అని అన్నారు" అమ్మంగి వేణుగోపాల్. అంతేగాదు ఈ నవల తెలుగు నేలలో మొలకెత్తి మానుగా ఎదిగింది. అప్పటి మన పల్లెటూళ్ళు, మానవ సంబంధాలు, అన్నీ ఇందులో మనకి తారసపడతాయి. ఆస్తి, అంతస్థులు తమ వికృత రూపంలో మనకి సాక్షాత్కరిస్తాయి. వీటికి ఈ నవల అద్దం పట్టింది. జమీందారీ వ్యవస్థ ఎలా బీటలు వారుతుందో, మన సమాజంలో పెట్టుబడిదారీ బీజాలు ఎలా నాటుకుంటున్నాయో విశదపరిచాడు గోపీచంద్. నవల 'కనీసం ఒక తరం జీవితాన్నయినా కళ్ళకు కట్టాలి, అంటారు సాహితీ వేత్తలు. ఈ నవల ఈ పని చేసిందనీ, మన జీవితాలని మనకి ఎరుక పరిచిందనీ చెప్పవచ్చు. ఈ పని చేసింది కనుకనే ఈ నవల ఇంకా నిలబడి వుంది. ఎన్నెన్నో ముద్రణలకు నోచుకుంది. తొలి ముద్రణ మాత్రం నవయుగ ప్రచురణాలయం పెడసనగల్లు, కృష్ణాజిల్లా చేపట్టింది. అది 1947 లో వెలువడింది.

ఈ నవలలోని కథానాయకుడు సీతారామారావు. ఇతను ధీరలలితుడూ ధీరుదాత్తుడూ, సకల గుణాభిరాముడూ కాదు. అంతర్ముఖుడు. గోరంతలు కొండంతలు చేస్తాడు. పరిసరాలని పట్టించుకోకుండా ఊహాలోకాల్లో తేలిపోతూ ఉంటాడు. ఇతడు ఊహాశాలి. అంతేగాదు, ఉన్మత్తుడు కూడా. దీనికి దాఖలాలు ఈ నవల పొడుగూతా మనకి తారసపడతాయి. అన్నింటికంటే తిరుగులేని సాక్ష్యం అసమర్థుని అంతిమయాత్రే. అది భీభత్సరసప్రధానం. పిశాచ గణ సమవాకారం. మానవ మనుగడలోని కీల కాంశాలని రచయిత చాలా ఒడుపుగా మనకి విశదపరిచాడు. కనకనే ఈ నవలది తెలుగు సాహిత్యంలో చెక్కు చెదరని స్థానం. దీనికి ఎంత మాత్రం వాస తగ్గదు. ఇది నిస్సందేహంగా నిజం.

'అసమర్థుని జీవయాత్ర' తెలుగులో మనోవైజ్ఞానిక నవలగా పేరు పొందింది. సీతారామారావు పాత్ర విచ్ఛిన్నమౌతున్న వ్యక్తిత్వానికి ప్రతీకగా నిలచిపోయింది.

విశాఖపట్నం
13-08-2012

కృష్ణాబాయి
చలసాని ప్రసాద్

మొదటి ప్రకరణం

అసమర్థుడు

సీతారామారావు జీవితం విచిత్రమైంది. ఉన్నత శిఖరాగ్రం నుంచి స్వచ్ఛమైన జలంతో భూమిమీద పడి, మలినాన్ని కలుపుకొని, మురికి కూపంలోకి ప్రవహించే సెలయేటిని జ్ఞప్తికి తెస్తుంది. తనలో వచ్చిన మార్పు ఆ సెలయేటికి తెలుసో తెలియదో మనకు తెలియదు. ఒకవేళ తెలిస్తే, తనలో వచ్చిన మార్పుకి ఆ సెలయేరు బాధపడుతూ వుందో, లేదో మనకు తెలియదు.

చూసేవాళ్ళు మాత్రం దాని పతనానికి జాలిపడుతూ ఉంటారు. దానికి ఆ జ్ఞానం వుందో, లేదో మాత్రం ఎవ్వరూ చెప్పలేరు. పైగా పర్వతాల్లో ప్రవహిస్తూ వున్నప్పుడున్న వొడుదుడుకుల్లేవు అని సంతోషిస్తూ వుందేమో అనిపిస్తుంది అప్పుడప్పుడు. సీతారామారావు తండ్రి చావు మంచంమీద వుండి, "బాబూ, మన వంశం పేరు నిలబెట్టు, అంతకంటే నే చెప్పేది ఏమీ లేదు" అని సలహా చెప్పాడు. అవే అతని ఆఖరు మాటలు.

ఆ మాటలు విని చుట్టూ వున్న వాళ్ళంతా ఆశ్చర్యపోయారు. "ఆస్తి సంగతి చెప్పలేదు. ఇంకేమీ చెప్పలేదు, వంశం పేరు నిలబెట్టమన్నాడు. చూశారా, ఆయన గొప్పతనం!" అని పొగిడారు.

"ఆ గొప్పతనం వాళ్ళ వంశంలోనే ఉంది" అన్నారు అంతా.

నిజంగా వాళ్ళ వంశం గొప్పదే. వాళ్ళ ముత్తాత తాత ఆ వూరికి చెరువు త్రవ్వించాడు. సత్రం కట్టించాడు. వాళ్ళ తాత నల్లగా వీరభద్రుడికి మల్లే వుండేవాడు. కఱ్ఱ చేత్తో పట్టుకుని బజార్న నడుస్తుంటే ఎవ్వరికయినా కూర్చునే ప్రాప్తం ఉండేదా? ఆడవాళ్ళు తుఱ్ఱున ఇళ్ళలోకి పరుగెత్తేవాళ్ళు. ఆయన పేరు చెపితే చాలు పిల్లలు హడలుకొని మారాం కట్టిపెట్టి కుక్కిన పేలయ్యేవాళ్ళు. ఆ ఊళ్ళో దేవాలయం కట్టించింది ఆయనే. ఇప్పటికీ దేవుడి పెళ్ళికి పీటలమీద కూర్చునే హక్కు వాళ్ళదే.

ఈ హక్కు అతని తండ్రి ముప్ఫయివేలు ఖర్చుపెట్టి హైకోర్టు దాకా వెళ్ళి నిలబెట్టుకున్నాడు. ప్రతి యేటా దేవుని ఉత్సవం తన సొంత ఖర్చుతోనే చేయించేవాడు. అడిగినవాళ్ళకు లేదనకుండా దానం చేసేవాడు. ఆ వూరిగుండా ఏ పెళ్ళివాళ్ళు వెళ్ళడం తటస్థించినా సరే ఒక పూట వాళ్ళ ఇంట్లో బసచేసి ఆయనచేసే సత్కారాలు అందుకొని, విందారగించి వెళ్ళవలసిందే. వాళ్ళ కమతంలోకి రావాలని ఊళ్ళో మాల మాదిగలంతా ఉవ్విళ్లూరుతూ ఉండేవారు. 'అజమాయిషీ లేకపోవటం వల్ల కాజెయ్యటానికి వీలవుతుందని వాళ్ళ తాపత్రయం' అని గిట్టనివాళ్ళు అనే మాట నిజమేగాని ఆ కుటుంబంలో పుట్టినవాళ్ళెవరూ ఆ మాట నమ్మరు.

సీతారామారావు చిన్నతనం నుంచీ తన కుటుంబాన్ని గురించి అనేకులు గొప్పగా చెప్పుకోవటం వింటూ ఉండేవాడు. కొంతమంది అతని ముఖం ఎదుటనే కీర్తిస్తూ ఉండేవాళ్ళు. ఇక తన బంధువుల సంగతి చెప్పనవసరంలేదు. తమ ఇళ్ళల్లో జరిగిన కార్యం కారామత్తుల వైభవం దగ్గర్నుంచి, తమ తాత ముత్తాతల శౌర్యం వరకూ వర్ణించి చెబుతుండేవారు. అప్పుడతనికి రూఢి అయింది 'డబ్బుదేముంది? మనిషికి కావలసింది 'పేరు' అని.

అతని వంశాన్ని పొగిడేవాళ్ళంతా ఈ విషయం ఏకగ్రీవంగా వొప్పుకున్నారు. "డబ్బు మనల్ని సంపాయించిందా, మనం డబ్బును సంపాయించామా?" అనేవాళ్ళు. "డబ్బు సంపాయించిన వాళ్ళు చాలామంది ఉన్నారు. వాళ్ళందర్నీ మీ తాత ముత్తాతల్ని చెప్పుకున్నట్లు చెప్పుకుంటున్నారా?" అని ప్రశ్నించేవాళ్ళు.

అతనికి ఈ ప్రశ్నలు చాలా గొప్పగా కనుపించేవి. అతనిలో ప్రవహించేది ఆ వంశంలోని రక్తమే. ఈ విషయం తన తండ్రి కర్మకి పదివేలు ఖర్చుపెట్టి అతను నిరూపించుకున్నాడు.

"తండ్రికి మించిన చెయ్యి" అన్నారు అంతా.

"ఎముకలేని చెయ్యి" అన్నాడు వొక కవి.

పదిరోజులు నిరతాన్నదానం చేశాడు. వొచ్చిన చుట్టాలెవరూ నెలరోజులు పూర్తికాకుండా వెళ్ళినవాళ్ళు లేరు. అందర్నీ తృప్తిపరచి పంపాడు. ఆ పదిరోజులూ చుట్టుప్రక్కల గ్రామాల్లో వున్న బీదసాదలకు అన్నదానం చేశాడు. బట్టలు పంచిపెట్టాడు. వాటిమీద ఫలానావారి ధర్మం అని కూడా వేయించాడు. ఆ రోజుల్లో అతని పేరు చెప్పుకోని వాళ్ళు లేరు. 'చెప్పుకుంటే ఆయన్నే చెప్పుకోవాలి' అనుకునేవాళ్ళు.

'మా రాజు!' అనేవాళ్ళు.

తండ్రి గతించిన తర్వాత అప్పులు ఇవ్వవలసిన వాళ్ళ విషయంలో కూడా అతను చాలా ఉదారంగా ప్రవర్తించాడు. తమ కష్టసుఖాలు వచ్చి చెప్పుకోని వాళ్ళది పాపం. ఇచ్చిన వాళ్ళ దగ్గర యిచ్చినట్లు పుచ్చుకున్నాడు. అతను ఒకటేమాట చెప్పాడు– "నేను కోర్టుకి ఎక్కను."

అతని మేనమామ అతనికి నలభై వేలివ్వాలి. అదికూడా అతడు పరిష్కారం చేసుకున్నాడు. ఒకరోజు మేనమామ వచ్చి తన వూరు తీసికెళ్ళాడు! తన ఇంటికి తీసుకొనివెళ్ళి ఎన్నో మర్యాదలు చేశాడు. అత్త కూడా "రాకరాక వచ్చావు. నువ్వు వస్తే, చూడు బాబూ, మా యిల్లు కళకళలాడుతున్నది" అన్నది. తాను వచ్చినందుకు వాళ్ళు పడిన సంతోషం, వాళ్ళు చేసిన మర్యాదలూ చూస్తే అతనికి అమితానందం కలిగింది. నాలుగోరోజు మేనమామ తన కుటుంబ పరిస్థితులు చెప్పుకుంటూ "బాబూ నేనంత డబ్బు యిచ్చుకోలేను. పిల్లలు కలవాణ్ణి. పది యెకరాల మాగాణి–నిక్షేపం లాంటిది రాసిస్తాను. నా కాపరం నిలబెట్టు. నీకీ డబ్బు వొక లెక్కలోది కాదు. చదువుకున్నవాడివి, సమర్థుడివి. రేపటినుంచి ఎంత సంపాదించాలంటే అంత సంపాదించుకోగలవు" అన్నాడు.

"సంపాదించుకోకపోతే మాత్రం నీకు సహాయం చేయకూడదా మామా?" అన్నాడతను. సంపాదించే అవకాశం ఉంది గనుక యితర్లకు సహాయం చేస్తున్నాడను కోవటం అతనికి బొత్తిగా బాగా లేదు. సూర్యుని తేజస్సుకుమల్లే, రత్నాల కాంతికిమల్లే దాతృత్వం అతని స్వభావం.

"ఎందుకు చెయ్యకూడదు బాబూ, మేమేం పరాయివాళ్ళమా?" అంది అత్త.

"పరాయివాళ్ళకు మాత్రం సహాయం చెయ్యకూడదా అత్తా?"

"అది వేరు" అంది అత్త. కాని తర్వాత ఏమనాలో ఆమెకి తోచలేదు.

"నాయనా! మీ బాబు చచ్చి ఏ స్వర్గాన వున్నాడో వొక్క నాడయినా బాకీ సంగతి ఎత్తేవాడు కాదు" అన్నాడు మామ. అతడు అప్పటికప్పుడే పది ఎకరాలిస్తానని మాట జారినందుకు పశ్చాత్తాపపడటం మొదలుపెట్టాడు.

"నేను మాత్రం మీ మాట కాదన్నానా?"

"అదుగదీ. నేను చెప్పలా? వాడి గుణమే వేరు" అంది అత్త ఇంత ముఖం చేసుకొని. ఆమెకు నలభైవేల అప్పు పది యెకరాలతో పోవటమే పట్టరాని సంతోషాన్ని కలిగించింది. భర్తకు మాత్రం ఆమెమీద కోపం వచ్చింది.

"నాయనా, మీ నాన్నా నేనూ ఎలా వుండేవాళ్ళమో నీకు తెలుసుగా? ఇంటిపనులు ఆయన వొక్కటికూడా పట్టించుకునేవాడు కాదు. పొలం ఖాతా అంతా నేనే చూచుకునేవాణ్ణి. ఏది ఎంత వచ్చిందని కూడా అడిగేవాడా? మహారాజు మంచి అనిపించుకుని వెళ్ళిపోయాడు... నీకు జ్ఞాపకముందో లేదోగాని నిన్ను నా చేతులతో ఎత్తి పెంచాను బాబూ" అన్నాడు.

"లేకేం మామా?" అన్నాడు సీతారామారావు. అతనికి నిజంగా జ్ఞాపకం లేదు. పెంచే వుంటాడని నమ్మకం. అబద్ధమాడవలసిన అవసరమేమొచ్చింది తన మామకి!

"నా స్వంత తమ్ముడివే అనుకున్నా బాబూ! ఒకరోజు అరుగుమీద ఆడిస్తూంటే కిందపడ్డావు. ఎక్కడ దెబ్బ తగిలిందో అని నా పై ప్రాణాలు పైనే యెగిరిపోయిన య్యంటే నమ్ము. అప్పుడెట్లా వుండేవాడివి. దొరల్లే నిగనిగలాడుతుండేవాడివి" అంది అత్త.

వాళ్ళ మంచితనం అతనికి దిగ్భ్రమ కలిగించింది. ఇంత మంచి వాళ్ళకీ, తన తండ్రికీ చివరి రోజుల్లో ఎందుకు వైరం వచ్చిందని ఆలోచించాడు. తన ఆస్తిపై పెత్తనం చేస్తూ చాటుగా చాలా డబ్బు తిన్నాడని వూళ్ళోవాళ్ళు అనుకుంటూ వుంటారు. కాని ఇంత మంచివాడు అటువంటి పని చేస్తాడా? డబ్బే తింటే ఇంత అప్పు ఎందుకవుతుంది? గిట్టనివాళ్ళనే మాటలివి. తన తండ్రికి చెప్పుడు మాటలు వినే స్వభావం వుంది. ఎవ్వరో లేనిపోని మాటలు చెప్పి తన తండ్రికీ, మేనమామకీ తగాదా పెట్టి ఉంటారు.

అతనిలా ఆలోచిస్తూ వుంటే మేనమామకి అనుమానం వేసింది. అన్నమాట ఎక్కడ జారతాడోనని, అందుకని వెంటనే "సరే బాబూ నీ యిష్టమొచ్చినట్లే చెయ్. అన్నీ తెలిసిన వాడివి. నీకు నే చెప్పేదేముంది?... మరి యివ్వాళే రాతకోతలు పూర్తి చేసుకుందామా?" అని అడిగాడు.

సీతారామారావు తనకు రావలసిన నలభై వేలకు గాను పది ఎకరాలు రాయించుకొని పరిష్కారం చేసుకున్నాడు. అత్తా మేనమామలు అతన్ని దీవించి పంపారు. ఊళ్ళోవాళ్ళంతా వూరు బయటికి సాగనంపి సెలవు తీసుకున్నారు.

ఆ రోజుల్లో వొకరికి సహాయం చెయ్యడమంటే పరమానందంగా వుండేది. ప్రతివాళ్ళూ అతన్ని గౌరవిస్తూ వుండేవాళ్ళు. ఇంతకంటే ఏం కావాలి? బ్రతికిన నాలుగు రోజులూ యిలా బ్రతికితే చాలదూ? పదిమందితో మంచనిపించుకొని పొమ్మన్నారు పెద్దలు.

"ఇంత చిన్నతనంలో యింత బుద్ధి వుండటం యెక్కడా చూడలేదు" అన్నారు అంతా.

"అది వాళ్ళ వంశంలోనే వుంది" అని వాళ్ళల్లో వాళ్ళే జవాబు చెప్పుకున్నారు.

తండ్రి కోర్కె నెరవేర్చాననే ఆనందం. వంశం పేరు నిలబెట్టాననే గర్వం అతనికుండేవి ఆ రోజుల్లో.

ఆ వూళ్ళోనే రామయ్య అనే వృద్ధుడొకడుండేవాడు. అతన్ని అంతా 'తాతా' అని పిలుస్తుండేవాళ్ళు! అతనికి సీతారామారావు కుటుంబమంటే తగని అభిమానం.

"బాబూ! కుర్రవాడివి. ప్రపంచానుభవం తక్కువ. కొంచెం తెలిసి మెలగాలి" అని సలహా చెబుతుండేవాడు.

"నేను తెలిసే చేస్తున్నా తాతా?" అనేవాడు సీతారామారావు.

"చేతుల్లో నాలుగు రాళ్ళుంటే అంతా మూగుతారు. తరువాత మన మొగం చూచే వాళ్ళుండరు బాబూ!"

"మళ్ళీ మొఖం చూస్తారనే ఆపేక్షతోనే నేనీ పన్లు చెయ్యటంలేదు తాతా! చెయ్యటం కోసమే చేస్తున్నా."

"పశ్చాత్తాప పడవలసిన పనులేవీ చెయ్యకు బాబూ! పశ్చాత్తాప పడవలసి వొస్తే హృదయంలో తేళ్ళూ, జెర్రులూ నివాసం ఏర్పరచుకుంటాయి. నువ్విప్పుడు మంచిపనులకునేవన్నీ ఎదురు తిరుగుతై. ఇప్పుడు నీవల్ల సహాయం పొందే వాళ్ళనే విరోధం చేసుకుంటావు. నీ మంచే నీ పతనానికి కారణమవుతుంది."

"నేను ప్రతిఫలం కోరలేదు తాతా!"

"అది వొక్కటే చాలదు బాబూ!" అనేవాడు రామయ్య తాత.

2

అతడు చిన్నతనంలో చాలా ఉన్నతమైన ఆశయాలు కలిగి వుండేవాడు. ఆదర్శవంతమైన జీవితం గడపాలని ఉవ్విళ్ళూరుతుండేవాడు. నిత్యం ప్రయత్నిస్తూ వుండేవాడు. భావనలో, పలుకులో, ప్రవర్తనలో అతని అభిలాష వ్యక్తమవుతూ ఉండేది.

మిగిలిన వాళ్ళంతా నిత్యజీవితంలోని చిల్లర విషయాల్లో మునిగి తేలుతూ వుంటే అతను వాటికి అతీతంగా వుండి ఎప్పుడూ ఏదో ఒకటి ఆలోచిస్తూ వుండేవాడు.

తన చుట్టూ జరుగుతున్న కుటుంబ జీవితం అతని మనస్సుని ఎక్కువ కష్టపెట్టేది. పెళ్ళి చేసుకోవటం, పిల్లల్ని కనడం, ఆరోగ్యం చెడగొట్టుకుని యీసురోమని తిరగటం, పిల్లలకోసం నీచంగా తాపత్రయ పట్టం- అతని మెత్తని హృదయానికి గంట్లు పెట్టేవి. కొంతమంది ఆడవాళ్ళు గర్భిణితో తిరగటం, నీళ్ళాడేటప్పుడు వాళ్ళు పడే బాధ, పిల్లలకు వాళ్ళు చేసే సపర్యలూ చూస్తే అతనికి పరమ అసహ్యంగా వుండేది.

ఎంత ఆలోచించినా మనుష్యులు ఏ సుఖం కోరి పెళ్ళి చేసుకుంటున్నారో అతనికి బోధపడేది కాదు. పెళ్ళయిన నాలుగో రోజునుంచి భర్త భార్యను కష్టపెడుతూనే వుంటాడు. భార్యకూడా ఉడతా భక్తిని తానూ అతనికి కష్టం కలిగిస్తూనే ఉంటుంది. “ఇంత పొద్దుపోయి వచ్చారేం? అవును లెండి. మీకిప్పుడు కాపురం కావలసివచ్చిందా” అంటుంది.

“రత్తమ్మ వదినా.. నా సంగతి నీకు తెలుసుగా? కాపరానికొచ్చి ఇన్ని యేళ్ళయింది కదా, ఎన్నడయినా గడపదాటి ఎరుగుదునా? పరపురుషుడి మొఖమయినా చూచి ఎరుగుదునా? మరెందుకో వారికి నామీద ఇంత కోపం” అని ప్రచారం మొదలు పెడుతుంది.

అనుక్షణం, “ఏ నుయ్యో, గొయ్యో చూచుకుంటా”నని బెదిరిస్తుంది.

భర్తమీద కోపం పిల్లల్ని కొట్టి తీర్చుకుంటుంది. కాని మానవులు మాత్రం పెళ్ళిళ్ళు మానుకోరు. పోనీ పొరపాటు పడుతున్నారేమో అనుకుంటే అన్నీ తెలిసినవాళ్ళే మూడు నాలుగు పెళ్ళిళ్ళు కూడా వొకదాని తరువాత వొకటి చేసుకోటానికి ఏమాత్రం సంకోచించటం లేదు.

అతనికి మాత్రం కుటుంబ జీవితం రోతగా వుండేది. ఇల్లాలు నీళ్లాడినప్పుడే కాక సంసారమెప్పుడూ పురిటికంపు కొడుతూ వుండేది. కొంతమంది ఆడవాళ్ళు ఎప్పుడో రాబోయే కాన్పుకనీ, పుట్టబోయే పిల్లవాడి పక్కకిందకనీ, పెళ్ళయిన దగ్గరనుంచీ చిరిగిపోయిన గుడ్డలు పోగుచేస్తూ వుంటారు. గర్భిణి వచ్చినప్పటి నుంచీ బియ్యం పోసుకుని, తీరిగ్గా కూర్చొని మట్టిగడ్డ లేరుకొని తింటూ వుంటారు. ఇవన్నీ అతనికి కంపరం పుట్టించేవి.

తండ్రులు కూతుళ్ళకు మొగుళ్ళను వెతకటం అతనికి చాలా హేయంగా కనపడేది. మా అమ్మాయి పుష్టిగా వుంటుంది. పీలగావుండే కుర్రవాడు పనికిరాడని పిల్లతండ్రి చెపుతూవుంటే అతనికి పశుప్రదర్శనలు జ్ఞాపకం వచ్చేవి.

ప్రత్యక్షంగా కళ్ళతో చూస్తూ పెళ్ళి ఎలా చేసుకోవటం? చేసుకుంటే తన ఆదర్శం ఎలా చెల్లుతుంది? అందుకని ఆలోచించి, ఆలోచించి ఏ పరిస్థితులలోనూ పెళ్ళి చేసుకోకూడదని నిశ్చయం చేసుకున్నాడు.

స్నేహితులుగానీ, బంధువులుగానీ ఈ ప్రస్తావనతెస్తే "నాకేమిటి? పెళ్ళేమిటి?" అనేవాడు. తనను అందర్నీ చూచినట్లు చూడ్డం అతనికి కష్టం వేసేది.

వాళ్ళు తెలివిగా నవ్వుతూ "మేమూ ఇట్లా అన్నవాళ్ళమే లేవోయ్" అనేవారు. అతని మాట నమ్మేవాళ్ళు కాదు. "చెప్పొద్దూ! నువ్వు అంగీకరిస్తే రత్నంలాటి పిల్లను తెచ్చి జేస్తాం" అనేవాళ్ళు.

అతను మనస్సులో కలవరపడి "నేను సుఖపడటం మీకు ఇష్టం లేదా?" అని గంభీరంగా ప్రశ్నించేవాడు.

"అయితే ఎక్కడన్నా ఏర్పాటు చేశావా యేమిటోయ్?" అని ప్రశ్నించేవాళ్ళు స్నేహితులు చాలా కుతూహలంగా.

అతను గుక్క తిప్పుకొని "మీకు అర్థం కాదు" అనేవాడు.

* * *

అటువంటి అతను పెళ్ళి చేసుకుంటున్నాడని తెలిసేటప్పటికి స్నేహితులూ, బంధువులూ విస్తుపోవటంలో ఆశ్చర్యం ఏముంది? ప్రతివాడూ వచ్చి అతన్నే అడిగేవాడు యధార్థం తెలుసుకోవాలనే ఉద్దేశంతో.

"ఏమోయ్ పెళ్ళి చేసుకుంటున్నావట, నిజమేనా?"

"ఆc! చేసుకుంటున్నాను."

"ఏం, ఇలా చేశావు?"

"నేను పెళ్ళికి ఒక నూతనార్థం కల్పిస్తాను."

"ఏమిటది?"

"నేను మీ యందరికిమల్లే ఈ యంత్రానికి బానిసను అవను. దాన్ని నా సిద్ధాంతానికి ఉపయోగించుకుంటాను."

"ఎట్లాగో కొంచెం చెప్పు!"

"మీరే చూస్తారుగా?" అనేవాడు. తన అభిప్రాయాలు వాళ్ళతో చర్చించటానికి అతనికి యిష్టం లేదు.

అసలు సంగతేమిటంటే అప్పుడతను గురుకులంలో చదువుకుంటూన్న ఇందిరను ప్రేమించటం జరిగింది. పెళ్ళి చేసుకోకపోతే ఏం చేసేటట్టు? పెళ్ళి చేసుకోకపోతే ఆమె దగ్గిరికి రానివ్వదు. పైగా ఆమె తండ్రి పోలీసు ఉద్యోగి, కాబట్టి పిల్లలు కలుగకుండా జాగ్రత్తపడి, తన భార్యక్కూడా స్వాతంత్ర్యం యిస్తే పెళ్ళిలో ఉన్న చెడు తనకు అంటదనుకున్నాడు. 'ఆమె జీవితం ఆమెది, నా జీవితం నాది. మధ్యమధ్య ఆనంద డోలికలు...' అనుకున్నాడు.

కాని అతను అనుకున్నట్లు యేమీ జరగలేదు. సంవత్సరం తిరిగి వచ్చేటప్పటికి పొత్తిగుడ్డలు కరువయినాయి. తన భార్య బియ్యంలో మట్టిగడ్డలు ఏరటం మొదలుపెట్టింది. అతనికి ఒక ఆడశిశువు జన్మించింది. ఆనాడు అతను పడ్డ బాధ పైన భగవంతుడికీ, క్రింద భూదేవికీ తెలియాలి. భార్య నొప్పులు పడుతుంటే "ఈ హింసలకు నేనే కారణం, నేను బ్రహ్మారాక్షసిని, మహాపాతకిని" అని తన్ను తాను తిట్టుకుంటూ కన్నీరు కారుస్తూ కూర్చున్నాడు. మారణయంత్రం తన్ను వశం చేసుకుంటున్నదని గ్రహించాడు. కాని ఏం లాభం? ఐదు సంవత్సరాలు దాటేటప్పటికి ఇద్దరు పిల్లలు కలిగారు. మూడు గర్భస్రావాలు జరిగినయ్.

అతడు జీవితం చేతులలో కీలుబొమ్మ అయ్యాడు. పరిస్థితులు తారుమారయినాయి. ఉద్యోగం చెయ్యక తప్పింది కాదు. అతని మామ ఒక పెద్ద ఫరంలో గుమస్తాగిరి ఇప్పించాడు. "మా అల్లుడు.... కొంచెం చాదస్తుడు. ఒక కంట కనిపెడుతూ ఉండండి" అని మేనేజరుతో చెప్పి పొయ్యాడు.

"ఇకనైనా జాగ్రత్తగా వుండు. అప్పుడప్పుడూ మేనేజరు ఇంటికివెళ్ళి వస్తూండు. పెద్దవాళ్ళ దర్శనం చేసుకోవడం ఎప్పటికైనా మంచిది" అని అతనికి బోధించి వెళ్ళాడు.

తన మామ సహాయంతో పొట్టపోసుకోవలసి వచ్చినందుకు చాలా కించపడ్డాడు. తన మామకి తను ఎంత లోకువ అయిఉంటాడు! తన భార్య తనను గురించి ఏమనుకుంటుంది?

స్నేహితులు కొంటె నవ్వులు నవ్వటం మొదలుపెట్టారు. ఒకరిద్దరు "ఇదేనా నీవు పెళ్ళికి కల్పించిన నూతన అర్థం?" అని అడిగారు. "నీమాట నీవు నిలబెట్టుకున్నావు... నువ్వు పెళ్ళికి బానిసవయ్యావా ఏమిటి, మామకు అయ్యావు కాని" అన్నారు కొందరు.

అతనికి మామమీద కోపం వచ్చింది. అస్తమానం ఆయన్ని గురించే ఆలోచించేవాడు. అతను లేకపోతే అతని కూతురు ఉండేది కాదు. అతని కూతురు వుండకపోతే తనకీ పెళ్ళి వుండేది కాదు. తనకు పెళ్ళి లేకపోతే ఈ బాధలు వుండేవి కావు. అతనికి ఒక్క క్షణం ఈ ప్రపంచం మామలమయంగా కనిపించింది. కనపడకుండా వుండి ఈ ప్రపంచాన్ని నడుపుతున్నారు వాళ్ళు. అతను ఉద్యోగం చెయ్యలేకపోయాడు.

ఒకరోజు ఆఫీసులో ఎక్కౌంటు పుస్తకం ముందు వేసుకొని లెక్కలు రాయడానికి బదులు మార్జిన్లో ఈ బొమ్మ గీశాడు:-

అది చూచి మేనేజరు మండిపడుతూ - "ఇదేమిటి?" అని అడిగాడు.

"మామ!" అని యికిలించాడు సీతారామారావు.

"ఎవరి మామ?"

"మీ మామకూడా ఇలాగే వుంటాడా ఏమిటి? ఇహ్హిహ్హి... ఒకరి మామ ఏమిటి? అందరి మామాను. పిల్లనిచ్చే మామ. చూశారా వీడి తల పెద్దది- కళ్ళు చిన్నవి- చేతులు సన్నం- ముక్కు పెద్దదే... ఇహ్హిహ్హి..." అని తను గీసిన బొమ్మ చూపుతూ చెప్పాడు.

అతనికి ఆవాళే ఉద్యోగం ఊడింది. అసలే మేనేజరు అతనిమీద కోపంగా వుంటున్నాడు. మొన్న కూతురు రైలుకు వెళుతుంటే బండి తీసుకురమ్మని సీతారామారావుకి చెపితే "నేనా, బండా? నీ కూతురికా?" అన్నాడు. అది మనస్సులో పెట్టుకొని మేనేజరు డిస్మిస్ చేశాడు సీతారామారావుని. ఉద్యోగం ఊడిందని తెలియగానే మేనేజరు దగ్గరకు వెళ్ళాడు సీతారామారావు. ప్రాధేయపట్టానికి వచ్చాడనుకొని బిర్రబిగిసి కూర్చున్నాడు మేనేజరు.

"ఏదీ మా మామ బొమ్మ."

"ఎందుకు?"

"మీసాలుపెట్టి పోతాను. పోలీసు... మీసాలు" అని చప్పట్లు కొడుతూ గంతులువేస్తూ అడిగాడు.

మేనేజరుకి ఏమీ తోచలేదు. వెర్రిగా చూస్తూ కూర్చున్నాడు.

"నీ కూతురికి బండి దొరికిందా?" అని అడిగాడు సీతారామారావు.

".........."

తన ప్రశ్నకు మేనేజరు గుడ్లప్పజెప్పి కూర్చోవటం చూస్తే సీతారామారావుకి హుషారెక్కింది. "కూతుర్ని అల్లుడి దగ్గరకు పంపటం, అల్లుడు గర్భిణీచేసి మళ్ళీ నీ కూతుర్ని నీ దగ్గరకు పంపటం, నీవు నీళ్ళాడించి మళ్ళీ అల్లుడి దగ్గరకు పంపటం, అతడు మళ్ళీ గర్భిణీచేసి నీ దగ్గరకు పంపటం, నీవు నీళ్ళాడించి మళ్ళీ అతని దగ్గరకు పంపటం- అతను మళ్ళీ నీ దగ్గరకు పంపటం- నీవు అతని దగ్గరకు పంపటం- అతను నీ దగ్గరకు పంపటం - ఇదేనటయ్యా నువ్వు చేసేపనీ?" అని ముక్కుమీద వేలు వేసుకొని, ఇంటికప్పు ఎగిరిపోయేటట్లు నవ్వి వెళ్ళిపోయాడు.

ఇతరులు ఎవరయినా ఉద్యోగం ఎందుకు పోయిందని అడిగితే, "మా మామ డిస్మిస్ చేయించాడు" అని చెప్పేవాడు.

ఇక మళ్ళీ అతను ఉద్యోగం కోసం ప్రయత్నించలేదు. అప్పుడతనికి ఒక్క మామ మీదే కాదు. ప్రపంచం మీదే కోపంగా వుండేది. తన దగ్గర సహాయం పొందినవాళ్ళు తన దగ్గరకు రావటం కానీ, తనతో మాట్లాడడం కానీ, ఎప్పుడో మానివేశారు. దేవుడికి ఉత్సవం చేయించనందుకు, సత్రంలో ఉచిత భోజనం ఏర్పాటుచేయించనందుకు నిందించటం మొదలుపెట్టారు. "ఉన్నన్నాళ్ళూ కన్ను మిన్ను కానకుండా ఖర్చుపెట్టాడు. ఇప్పుడనుభవిస్తున్నాడు" అన్నారు. ఖర్చుపెట్టాడంటే ఎవరికోసం పెట్టాడు? మనకోసం పెట్టాడా? తన పేరుకోసం, పదిమందితో మంచివాడనిపించుకోడానికి పెట్టాడు!" అని ఈసడించేవాళ్ళు.

అతనికి ప్రపంచంమీద కసిగా వుండేది. ఇదివరకు తన్ను ఎరిగిన వాళ్ళతో మాట్లాడబుద్ధి అయ్యేది కాదు. తన సహాయం పొందిన వాళ్ళ కంట పడకుండ తానే తప్పుకు తిరుగుతుండేవాడు. ఉండి ఉండి ఆ కసి అనేక విధాల బయట పెడుతుండేవాడు. తరచు భార్య ఆ కసిక గురి అవుతూ వుండేది.

గుర్రపు బండికి స్టేషన్నుంచి తన ఇంటికి పావలా మామూలు, కాని తన దగ్గర అర్ధరూపాయి వసూలు చేస్తారు.

"మారాజులు ఇవ్వాల, మేం తినాల" అంటారు. తను కాదనలేదు. వాళ్ళతో బేరం చెయ్యలేదు! ఇంట్లోకి వెళ్ళి ఏదో ఒక వంక పెట్టుకొని భార్యతో తగాదా పెట్టుకుంటాడు.

అప్పుడప్పుడూ తప్పక కూరగాయల మార్కెట్టుకి వెళ్తాడు. తను కూరగాయలు తేవటం ఎవరన్నా చూస్తున్నారేమో అని, సంచి ముడిచి జేబులో పెట్టుకొని వెళతాడు. అవీ ఇవీ కొనుక్కొస్తాడు. బేరం చెయ్యడు. మంచి చెడులు చూడడు. నాలుగు కొట్లు తిరగడు. ఎవరు ఎక్కడ చూచిపోతారో అని చేతికందినవి కొనుక్కొని వచ్చేస్తాడు. సందు గొందుల వెంటపడి ఇంటికి వొచ్చేస్తాడు. ఇంటికి రాగానే భార్య ఒక్కసారి కూరలు చూచి "అన్నీ పుచ్చులే!" అంటుంది.

అతనికి చర్రున కోపం వస్తుంది. తను పడ్డ శ్రమకి ఇదా ప్రతిఫలం!

"వంకాయలు పావలా ఇంటికి వొచ్చి ఇచ్చి పోతున్నారు!" అంటుంది.

"అయితే నేను డబ్బు కాజేశానంటావా?" అంటాడు. పోట్లాడతాడు. ఈ గుణం నీ వంశంలోనే ఉందంటాడు.

"నీ తండ్రి పోలీసు ఉద్యోగి కదూ? కోడిపెట్టలు లంచాలు తీసుకునేవాడు కదూ? అంతా అంతే అనుకుంటావు."

ఆ డబ్బు చీరె కొనుక్కోమని ఆమె తండ్రి ఇచ్చివెళ్ళిన డబ్బు. అది తనకోసం ఖర్చు పెట్టుకుంటున్నాననే లోపల తపన ఈవిధంగా బయటపడుతుంది.

"సాయంకాలానికి బియ్యం లేవు" అంటుంది భార్య.

"నన్నేం చేయమంటావు?"

"తెప్పించండి!" అంటుంది భార్య.

ఈ మాటకు తగాదా ఏమని ఆడతాడు. ఈలోకంలో బియ్యం తేవలసిన బాధ్యత భర్తలమీద వున్నమాట నిజమేనాయె! బియ్యం అవసరమనే మాటా నిజమేనాయె!

"తెప్పించండి అంటం ఎందుకూ? తెండీ అనరాదూ? ఎవ్వరు తెచ్చేది? నేనేగా! ఆ సంగతి నీకు తెలియదూ? మనకు తోడు 'తెప్పించండి' అని డాబుసరికూడా ఎందుకూ? నీ డాబుసరితో నాకు చచ్చేరోజు వొచ్చింది."

"ఎందుకండీ అంతకోపం? ఇప్పుడు నేనేమన్నాను?" అంటుంది భార్య.

"కోపమా? పైగా నాకు కోపం అంటున్నావా? గుండెలు మురిగే మాటలు అనేదీ, ఏమన్నా అంటే కోపం అనేదీ! నువ్వనే మాటలన్నీ బాగున్నాయేం? నేను సంపాయించటం లేదనేగా నీకీ అలుసు? ఇంతకీ నిన్ను అని ఏం ప్రయోజనం- నాకు బుద్ధి లేదు!" అని కన్నీరు పెట్టుకుంటాడు.

ఆ రోజుల్లో అతనొక పాట రాశాడు.

పడగొట్టండోయ్
తాజ్‌మహల్
తవ్వండయ్యోయ్
తుగ్లక్ గోరీ
చిదిమెయ్యండోయ్
స్త్రీ సౌందర్యం
నలిపెయ్యండోయ్
పువ్వుల మొవ్వలు
దోసెయ్యండోయ్
ధనవంతుల
చంపెయ్యండోయ్
క్షుధార్తుల
రుధిరం రక్తం
చిందాలోయ్!
పుర్రెలు యెముకలు
నవ్వాలోయ్!

అతను ప్రస్తుతం ఇల్లు కదలటం లేదు. ఇంటి నాలుగు గోడలే అతని జీవితానికి సరిహద్దులయినై. అతని మనస్తత్వం పూర్తిగా మారిపోయింది. ఏదో పనివున్నట్లు ఎప్పుడూ తిరిగేవాళ్ళని చూస్తే ఒకప్పుడు నవ్వు, ఒకప్పుడు కోపం కలుగుతూ వుండేది. అప్పుడప్పుడూ ఎవ్వరైనా కనబడి "ఏం చేస్తున్నారు?" అని అడిగేవారు.

"ఏముంది చెయ్యటానికి?" అనేవాడు.

ఈ జవాబు వాళ్ళకి విచిత్రంగా కనిపించేది. వాళ్ళు ఒక్క క్షణం నిలబడి ఆలోచించుకోరు. ఆలోచించుకుంటే వాళ్ళకీ తెలుస్తుంది. వాళ్ళు అజ్ఞానులు. ఈ ప్రపంచం అజ్ఞానులకోసం చెయ్యబడ్డదే అవటంవల్ల వాళ్ళు సుఖపడుతున్నారు. హాయిగా జీవితం గడుపుతున్నారు.

అంతేగాని ఆలోచించి చూస్తే ఈ ప్రపంచంలో ఏముంది ఏం చెయ్యటానికయినా? ఈ ప్రపంచం అనుక్షణం మారుతూ వుంటుంది. కాని ఈ మార్పు ఎందుకో

ఎవ్వరికీ అర్థం కాదు. ఈ మార్పుకి ఆదర్శం వున్నట్టు కనపడదు. ఇక మానవుడు చేసేది ఏమిటి?

కొంతమంది 'సంఘ సంస్కరణ, విప్లవం' అంటూ తిరుగుతూ వుంటారు. ఏదో బ్రహ్మాండమైన పని చేస్తున్నట్టు వాళ్ళు రొమ్ములు విరుచుకొని కేకలు వేసుకుంటూ తిరుగుతూ వుంటే, వాళ్ళని చూచిన కొద్దీ జాలివేసేది సీతారామారావుకి. ఏమిటి వీళ్ళు చేసేది? సంఘానికి పరిపక్వదశ అనేది లేదుగదా! మరి దేనికోసం వీళ్ళ ఆర్భాటం?

ఒక సమస్యని పరిష్కరిస్తే, ఆ సమస్యా పరిష్కారంలోనుంచే మరొక సమస్య పుట్టుకొస్తుందని పెద్దలు చెప్పుతున్నారు. ఇదే ప్రపంచ పరిణామం అని కూడా అంటున్నారు. కాబట్టి ఎప్పటికప్పుడు మానవుల్ని బాధపెట్టే సమస్య ఏదో ఒకటి ఉంటూనే వుంటుంది. కొంతమంది మానవులు బాధపడుతూనే వుంటారు. ఇక వీళ్ళు చేసేదేమిటి? తమ్ము తాము మోసం చేసుకుంటున్నారా? ప్రజలను మోసం చేస్తున్నారా?

మరి ఇంతమంది నాయకులు, ఇంతమంది మేధాసంపన్నులు, శాస్త్రవేత్తలు ఉన్నారే- వీళ్ళంతా ఈ మాత్రం తెలియకేనా ఇన్ని కష్టాలు పడుతున్నారు? ఈ ప్రశ్నకు అతనికి వెంటనే జవాబు దొరికింది.

కుర్రతనంలో ఉబలాటంకొద్దీ సంఘానికి సేవ చెయ్యాలని బయల్దేరతారు. ఇప్పుడున్న సంఘంలో బాధపడేవాళ్ళని చూచి ఉద్ధరిద్దామని బయల్దేరతారు. కొన్నాళ్ళకు తాము చేసే పనిపట్ల ఏమీ లాభంలేదని తెలిసినప్పటికీ వెనక్కు తగ్గే అవకాశం వుండదు. లోకులకు యథార్థం చెప్పే ధైర్యం వుండదు.

అప్పటికే సంఘంలో వాళ్ళకు గౌరవస్థానం లభించి వుంటుంది. వాళ్ళ మాటలు నమ్మి అనేక కష్టాలకు వోర్చి అనేకులు వాళ్ళ అనుచరులై వుంటారు. వాళ్ళకు ఏం చెప్పేటట్టు? "నేను ఇదివరకు చెప్పింది అంతా తప్పు" అంటే వాళ్ళు ఊరుకుంటారా? అతని మాటలు నమ్మి తాము చేసిన స్వార్థ త్యాగం, పడిన కష్టాలు అంతా ఒక్కసారి జ్ఞాపకం వొస్తే ఇంకేముంది? కొంపలు కూలిపోవూ?

అందుకని వాళ్ళకు సత్యం తెలిసినా పైకి చెప్పరు. యథాప్రకారం జీవయాత్ర సాగిస్తారు. చచ్చేవరకు తమకు నమ్మకం లేకపోయినా 'సంఘ సంస్కరణ', 'విప్లవం' అంటూనే వుంటారు. ఈవిధంగా ఆలోచిస్తూ ఉండేటప్పటికి అప్పుడు పనిచేస్తున్న సంఘ సంస్కర్తలంతా ఒక్కొక్కరే జ్ఞాపకం వచ్చారు సీతారామారావుకి. ఒక కుర్రవాడు

రాజకీయాలలో బాగా పనిచేస్తుంటాడు. అటువంటి కుర్రవాడికి తన కూతురునిచ్చి పెళ్ళి చేసి ఒక దేశనాయకుడు అతనిని రాజకీయాల నుంచి విరమింపచేసి ఒక దినపత్రికలో ప్రవేశపెట్టాడు. మరొక నాయకుడు కూతురికి ఉన్నత విద్యాభ్యాసం ఇప్పించి, రాజకీయాలలో ఎన్నడూ దిగే వీలులేని ఒకడికి ఇచ్చి వివాహం చేశాడు. మరొక దేశ నాయకుడు తన కొడుకును ఇన్సూరెన్సు కంపెనీలో పెద్ద ఉద్యోగంలో ప్రవేశపెట్టాడు. తాము చేసే పనిలో, చెప్పే మాటల్లో తమకు నమ్మకముంటే ఈ పనులెందుకు చేస్తారు ఆ దేశనాయకులు? అనుకున్నాడు సీతారామారావు. "వాళ్ళ యిష్టానికి విడిచిపెట్టాం" అంటారు పైకి. కాని వాళ్ళతో మాత్రం "మేం పడే కష్టాలు చూస్తూవున్నావుగా– తర్వాత నీ ఇష్టం!" అంటారు. ఇక వాళ్ళ ఇష్టం ఏముంది?

ఈ రహస్యం తెలియని మూర్ఖులు, అమాయకులు, ఏదో వాళ్ళకి ఆ సహాయం చేస్తున్నాం, ఈ సహాయం చేస్తున్నాం అని కష్టపడుతూ వుంటారు. కాని, అన్నీ తెలిసిన తనెందుకు పడాలి? తనకేం పట్టింది? అతనికి వీళ్ళంటేనే కాదు– సంతోషంగా కాలం గడిపే ఎవ్వర్ని చూచినా హాస్యాస్పదంగానే ఉండేది. ఏం చూసుకొని వాళ్ళంతా సంతోషపడుతున్నారో అర్థం అయ్యేది కాదు. "కుర్రాళ్ళు, అమాయకులు" అనుకునేవాడు. ఒకప్పుడు రామయ్యతాత తనకు చెప్పిన మాటలే తను ఇప్పుడు ఇతర్లకు చెప్పటం మొదలుపెట్టాడు. వాళ్ళేమన్నా అంటే 'ఒకప్పుడు నేను ఇట్లానే అనుకున్నవాణ్ణి' అనేవాడు. ఒకప్పుడు తనకు తన స్నేహితులు చెప్పిన మాటలే ఇప్పుడతను ఇతర్లకు చెపుతున్నాడు.

"ఈ ప్రపంచంలో మనం చెయ్యగలిగింది ఏమీ లేదు" అనేవాడు.

"ఆ సంగతి మాకు తెలుసు" అనేవాళ్ళు కొంతమంది కుర్రవాళ్ళు.

"తెలిస్తే మరి మీరేమిటి చేసేది?"

"మాకు ఏది సుఖమనిపిస్తే అది చేస్తున్నాం."

"సుఖమంటే ఏమిటి? సుఖం ఎక్కడుంది? మృగాలకంటే మీరు సుఖంగా వున్నారని మీరు చెప్పగలరా? సుఖం బుద్ధిలో వుంటుంది. తృప్తి పడటంలో ఉంటుంది. రాత్రింబగళ్ళు పొలాల్లో పనిచేసే కూలివాడికంటే ధనవంతుడు సుఖపడుతున్నాడని ఎవ్వరు చెప్పగలరు? సర్వసంగపరిత్యాగికన్నా భోగి సుఖపడుతున్నాడని ఎవ్వరు చెప్పగలరు? అజ్ఞానికన్నా జ్ఞాని సుఖపడుతున్నాడని ఎవ్వరు చెప్పగలరు? ఆలోచించి చూస్తే ఈ ప్రపంచంలో నిజంగా సుఖపడేది అజ్ఞానే అని తేలుతుంది. అజ్ఞానిని ఆలోచనలు వేధించవు. తనకు అందని ఆదర్శాలతో హైరాన పడడు. అతనికున్న సుఖం మరెవ్వరికీ ఉండదు" అనేవాడు.

ఆకర్షవంతంగా అలంకరించుకొని, అందంగా ఉండే ఆడవాళ్ళని చూస్తే, అతనికి మరీ కంపరం పుట్టేది. "ఏం చూచుకొని వీళ్ళకీ నిక్కు? వీళ్ళూ మామూలు ఆడవాళ్ళకు మల్లే రోజూ కాలకృత్యాలు తీర్చుకునే వాళ్ళేగా!" అనుకునేవాడు.

అతడు అనేక దృశ్యాలు ఊహించుకునేవాడు. ఊహించుకున్నకొద్దీ ఆ ఆడవాళ్ళ ఇళ్ళల్లో చేసే పనులన్నీ వికారంగా కనిపించేవి.

వీళ్ళల్లో ఒకావిడకి ఏదో కష్టమొచ్చింది. మామూలు ఆడదానికిమల్లే ఈ అందమైన, ఆకర్షవంతం అయిన స్త్రీకూడా కళ్ళవెంట నీళ్ళు కార్చుకుంటూ చీదివేస్తూ వుంది.

ఇటువంటి విషయాలన్నీ జ్ఞాపకం తెచ్చుకొని తనలో తాను నవ్వుకునేవాడు. ఇటువంటివాళ్ళు ఆకర్షవంతంగా అలంకరించుకోటానికి సిగ్గువెయ్యదు కాబోలు! పైగా వీళ్ళకి అందంగా వుంటామని ఒక్కొక్కళ్ళకీ పుట్టెడు పుట్టెడు గర్వం ఎందుకో? మళ్ళీ నవ్వుకునేవాడు.

వీళ్ళ వెంట తిరిగే కుర్రవాళ్ళని చూస్తే అతనికి మరీ మండేది. వాళ్ళ కోర్కెలు తీర్చటమే వీళ్ళ పని. వాళ్ళ వెనక తిరగటమే వీళ్ళకు గొప్ప. చెంగు తగిల్తే చాలు పరవశత్వం పొందుతారు.

"ఎందుకట్లా తిరగటం?"

"ఆమె ఎంత అందంగా వుంటుందనుకున్నావు?" అంటూ అంగలారుస్తారు.

"ఏమిటి అందం? మిగిలిన ఆడవాళ్ళలో లేనివీ, ఆమెలో వున్నవీ ఏమిటి?"

"నీకు తెలియదు."

తాను ప్రేమించినప్పుడు ప్రేమించలా? వీళ్ళందరికంటే ఎక్కువగానే ప్రేమించాడే! ఏమిటి తనకు తెలియంది?

"మీరది చాలా గొప్ప విషయం అనుకుంటున్నారు. పశువులకూ మీకూ భేదం ఏముంది? పశువులింకా నయం" అని చీదరించుకునేవాడు.

"నీకు హృదయం లేదు" అంటారు.

ఈ మాటకు అతనికి కోపం వొచ్చేది. యోగిని అయిం తర్వాత చింతామణి పాడిన సీసపద్యం పాడబుద్ధి అయ్యేది.

"ఇది ముక్కు అనుకుంటున్నారేమో-కాదు, జలుబు చేసినప్పుడు చూడండి."

"ఇవి కళ్ళు అనుకుంటున్నారేమో-కాదు! రెండు తూట్లు".

ఇవి స్తనాలు అనుకుంటున్నారేమో- కాదు- మాంసపు ముద్దలు.

ఇది మన్మథస్థానం అనుకుంటున్నారేమో- కాదు, తోలుబొక్క!"

ఈ వేదాంతసారం వాళ్ళకు బోధించి రోగం కుదర్చాలనుకునే వాడు గాని, తన్ను మరీ అసహ్యించుకుంటారేమోనని భయపడి పస్తాయించేవాడు.

తను చదువుకునే రోజుల్లో ఆడవాళ్ళు ఒక పెద్ద బస్సునిండా ఎక్కి చదువుకోడానికి కాలేజీకి వెళ్తూండేవాళ్ళు. వాళ్ళ మధ్య కూర్చోబుద్ధి అయ్యేది అతనికి. తాను కూర్చున్న తర్వాత బస్సు బోల్తా కొట్టాలనీ, ఒకళ్ళకు మొహం దోక్కుపోవాలనీ, ఒకళ్ళకు బుగ్గలు చీరుకుపోవాలనీ, ఒకళ్ళకు కాళ్ళు విరగాలనీ అనిపించేది. అట్లా తయారైన వాళ్ళని ఊహించుకుంటే అతనికి ఎందుకోగాని చాలా సంతోషంగా ఉండేది. కాని, అట్లా కోరటం తప్పని ఆ భావాన్ని బలవంతంగా అణుచుకునేవాడు. పైకి రానిచ్చేవాడు కాదు. ఇప్పుడు మళ్ళీ అదే భావం వివిధ రూపాలతో బహిర్గతం అవుతూంది. దాన్ని ఆపేశక్తి ఇప్పుడతనికి లేదు.

అతడు అనేకరకాలైన ఆలోచనలతో మధనపడి చివరికి అసలు ఆలోచించటమే తప్పనే నిర్ణయానికి వొచ్చాడు. అతి చిన్న విషయాన్ని గురించి దీర్ఘంగా ఆలోచించటమే తన బాధలకు మూలకారణం అనుకున్నాడు. తీరిక ఉంటే ఆలోచనలు రాక తప్పవు. తీరికలేకుండా చేసుకోటానికి కాయకష్టం మొదలుపెట్టాడు. ఇంట్లో పనులన్నీ అతనే చేసుకోవటం మొదలుపెట్టాడు. దొడ్డినిండా కూరగాయల పాదులు పెట్టి అస్తమానం వాటికి నీళ్ళుపోస్తూ కూర్చునేవాడు. ఈ పద్ధతి మొదట్లో బాగానే ఉందనిపించిందిగాని కొద్దిరోజులు గడిచేటప్పటికి బలహీనం ఎక్కువైంది. కాయకష్టంపడే అలవాటు అతనికి లేకపోవటంవల్ల శరీరంలో వేడి ఎక్కువై నిస్సత్తువగా ఉండేది. ఎప్పుడూ వళ్ళంతా నొప్పులుగా ఉండేది. వీటివల్ల అతనికి కోపం, చిరాకు ఎక్కువైనై. కుటుంబ జీవితం దుర్భరం చేసుకోవటం మొదలుపెట్టాడు. చీటికిమాటికి భార్యను తిట్టేవాడు. కూతుర్ని కొట్టేవాడు.

రామయ్యతాత ఒకనాడు, "ఇది నీకు తగదు అబ్బాయి" అని చెప్పాడు.

"ఎవరిపని వాళ్ళు చేసుకోవటం మంచిదేగా తాతా!"

"ఇది నువ్వు చెయ్యవలసిన పని కాదు."

"ఎందుకని?"

"నీకు అలవాటు లేదు బాబూ. ఏదైనా ఉద్యోగం సంపాదించుకొని హాయిగా కాలం గడుపు" అన్నాడు.

"ఈ జీవిత జంఝూటం నేను పడలేను తాతా!"

"మరి తప్పదు బాబూ, ఎక్కడికి పోయినా అది వెంట పడుతూనే ఉంటుంది. బతికినన్నాళ్ళూ ఏదో ఒకరకంగా జీవితంలో పాల్గొనవలసిందే! మనం దేనికి పనికివస్తామో తెలుసుకొని ఆ పని చేస్తూవుండటం మంచిది."

"ఎప్పుడో ఒకసారి అందరం చావవలసిందేగా"

"అవును బాబూ-"

"ఇక ఈ తాపత్రయం ఎందుకు?"

"చచ్చి ఏం చెయ్యాలో తోచక బాబూ."

"ఈ కష్టాలుండవుగా!"

"ఈ సుఖాలూ ఉండవు. ఏమీ ఉండవు. ఏమి లేనిదానికన్నా ఈ జీవితమే మెరుగని కొందరి అభిప్రాయం. ఇంకొక సంగతి కూడా చెపుతారు. ఇప్పుడు చాలామంది కష్టాలనుభవిస్తున్న మాట నిజమే. కాని ఎప్పటికైనా కష్టాల్లేని జీవితం మానవుడికి లభించక పోతుందా? అదే ఆశ చాలామందికి ఉంది. ఎవరికి తోచిన విధంగా వారు ప్రయత్నిస్తున్నారు.

కాని చచ్చిమాత్రం చేసేదేముంది బాబూ! ఒకళ్ళు చచ్చినంత మాత్రాన ఈ ప్రపంచ సమస్య తేలేదేముంది? పుట్టేవాళ్ళు పుడుతూనే ఉండిరి. ఏది అశాశ్వతం అయినా మానవుడు ఈ ప్రపంచంలో ఉండటం శాశ్వతమే! అది తప్పదు కాబట్టి ఎవరిపని వాళ్ళు చేసుకుపోతూ ఉండాలి. అలా చెయ్యనినాడు తనకు తాను బరువు అవుతాడు."

అతనికి ఏమీ తేలటం లేదు. ఎంత చిన్న విషయాన్ని గూర్చి అయినాసరే అతనొక నిశ్చితాభిప్రాయానికి రాలేకుండా వున్నాడు. మనస్సు పరిపరి విధాల పోతూ వుంది. ఆలోచనలతో అతలాకుతలం అవుతూ వుంది మనస్సు.

ఒకప్పుడు ఒక అభిప్రాయం మంచిది అనుకుంటాడు. మరుక్షణం దానికి వ్యతిరేకమైన అభిప్రాయం మంచిదిగా తోస్తుంది. ఒకపని చేద్దామని మనస్సులో అనుకొని దానికి వ్యతిరేకమైన పని తనకు తెలియకుండానే మొదలు పెడతాడు. మధ్యలో తాను ఇంకొక విధంగా సంకల్పించుకున్నట్లు జ్ఞాపకం వొస్తుంది. "పోనీ, ఇదే మంచిదేమో! లేకపోతే ఎందుకు చెయ్యబుద్ధి అవుతుంది!" అనుకుంటాడు.

కాని వెంటనే, "అదీ, ఇదీ మంచివి ఎట్లా అవుతయి - అదో, ఇదో మంచి దవ్వాలిగాని?" అనిపిస్తుంది. చేసే పని ఆపి ఆలోచించటం మొదలు పెడతాడు.

"ప్రపంచానికి ఒక ఆదర్శం లేదు గనక, ఏ పనికీ ప్రయోజనం లేదు గనక, అన్ని పనులూ మంచే. అన్ని పనులూ చెడే! పెద్దలు ప్రతి విషయానికి బహు ముఖాలుంటవి అంటారు. అంతేగాని ఇది మంచీ, ఇది చెడూ అనేది లేదు. చూట్టంమీద ఆధారపడి వుంటుంది.

చూచి, లేనిది కల్పించుకొని బాధపడిందాని కంటే అసలు చూట్టమే మానుకుంటే!"

అతని హృదయసీమలో హఠాత్తుగా ఒక భావం విరిసేది. "అసలు ఏదో ఒకటి చెయ్యాలనుకోవటంలోనే యీ చిక్కులన్నీ వొస్తున్నయ్యేమో!"

మెదలకుండా కూర్చునేవాడు.

"మనస్సు పరిపరివిధాల పోనివ్వకు. చిక్కబట్టు" అంటారు పెద్దలు. పరిపరివిధాల ఆలోచించేదే తనైనప్పుడు ఇక చిక్కబట్టేదెవ్వరు?

పరిస్థితులవల్ల భావాలు మారతై, పరిస్థితులు మార్చుకోమని సలహా చెపుతారు కొందరు. పరిస్థితులవల్ల, పరిస్థితులు మార్చుకునే శక్తిలేక తను పడివుంటే, ఇక పరిస్థితుల్ని మార్చేదెవరు?

చూసేదాన్ని చూడు అంటారు వేదాంతులు. చూచేదే తనైనప్పుడు, చూసేదాన్ని తనెట్లా చూస్తాడు?

అతని జీవితం గొడవైపోయింది. తల ఆలోచనల పుట్ట అయింది. తలే కాదు– అతని జీవితమే ఆలోచనల గూడు. ఎప్పుడూ ముసుగు పెట్టుకొని పడుకొని, కళ్ళు మూసుకొని బాహ్య ప్రపంచాన్ని మరచిపోయి ఆలోచించేవాడు. ప్రశ్న మీద ప్రశ్న పుట్టుకొచ్చేది. కాని ఏ వొక్క ప్రశ్నకీ సరైన జవాబు దొరికేది కాదు.

ప్రస్తుతం కళ్ళు మూసుకొని ముసుగు పెట్టుకొని పడుకోవటం అతని జీవితం.

రెండో ప్రకరణం

అసమర్థుని భార్య

పొయ్యిలో బూడిద ఎత్తివేస్తూ, "పాపా! ఇంటిముందు కొంచెం ముగ్గు వెయ్యమ్మా" అని చెప్పింది కూతురితో సీతారామారావు భార్య.

ఇంకా బాగా తెల్లవారలేదు, ఆలస్యం అయితే వొచ్చే పొయ్యే జనంవల్ల వీలుండదని చీకటితోనే ఇంటిముందు వూడ్చి, కళ్ళాపి జల్లి, ముగ్గు వెయ్యటం ఆమెకు అలవాటు. ఈ మధ్య మాసిన బట్టలు కట్టుకుని బయటకు వొస్తే, సీతారామారావు మండిపడ్డాడు. "నా పరువు తీసివెయ్యటానికే ఈ పనులన్నీ చేస్తున్నావు" అన్నాడు.

అప్పటి నుంచి ఆమెకు అటు తొంగి చూట్టానికే భయంగా ఉంది.

పాప ముగ్గుడబ్బా తీసుకొని బయటకు వెళ్ళింది. ఆమె పొయ్యిలో బూడిద చీపురుమీద పోసుకొని పెంటపోగుమీద పోసివచ్చింది.

పెంటపోగు పాపం పెరిగినట్టు పెరుగుతూ వుంది.

ఇంతలో పాల మనిషి వొచ్చింది. చేతిలోని పాలచెంబు అందిస్తూ "ఇవాళ డబ్బు ఇప్పిస్తారా అమ్మా!" అని అడిగింది.

"ఎంత అయింది వెంకమ్మా?" అని అడిగింది ఆమె.

"ఎంతవకేవమ్మా? ఇవ్వాళ్తో రెండు నెలలు పూర్తి అయినయి. కిందటి నెల పందొమ్మిది రూపాయల ఆరణాలు ఇవ్వాలి. ఈ నెల పదిహేడు రూపాయల మూడణాలు. పందొమ్మిదీ, పదిహేడు ముఫైఆరు- ఈ నెల మూడణాలు వెళ్ళి కిందటి నెల ఆరణాల్లో పడితే తొమ్మిదణాలు- మొత్తం ముప్ఫైఆరు రూపాయల తొమ్మిది అణాలు." ముందే కూతురుతో సమగ్రంగా విషయాలన్నీ చర్చించుకు రాకపోతే మాత్రం పాల మనిషి ఇంత తేలిగ్గా లెక్క తేలవగలిగేది కాదు.

"ముప్ఫై ఆరు రూపాయలూ!" అనుకుంది ఆమె మనస్సులో.

"నేనైనా చీటికీ మాటికీ అడిగేదాన్ని కాదు. పెద్దయ్యగారి టైం నుంచీ పోస్తున్నా. అమ్మగారికి తెలుసుగా నా సంగతి. ఇప్పుడు అవసరం వచ్చి

అడుగుతున్నా. అమ్మాయి కాపురానికి వెళ్తూ వుంది. ఇంట్లో పెద్దముండనని వున్న తర్వాత, దానికి యింత చీరె గుడ్డా, రవిక గుడ్డా అని పెట్టకపోతే, దాని ప్రాణం వుసూరుమంటుంది."

ఆ ఇంట్లో వతనుగా పోసేవాళ్ళెవరూ డబ్బుకోసం ఇబ్బంది పెట్టరు. చాలాకాలం నుంచీ ఇస్తూ ఉండటం కారణం కావొచ్చు. కాతాలో ఎంత కలుపుతున్నా! అడక్కపోవటం కారణం కావొచ్చు.

"అగిందానివి ఎట్టాగో ఆగావు. ఇవ్వాళకూడ ఆగు వెంకమ్మా! వారింకా నిద్ర లేవలేదు. లేవగానే అడిగి తీసుకొని రేపు తప్పకుండా యిస్తాను." అంది ఆమె.

"సరేలే అమ్మా" అని వెళ్ళిపోయింది వెంకమ్మ.

వెంకమ్మ అడగ్గానే డబ్బు ఇవ్వలేకపోయినందుకు ఆమె మనస్సు చాలా నొచ్చుకుంది పాపం! ఎంత అవసరం వుండి అడిగిందో! కూతురు కొత్తగా కాపరానికి వెళ్ళడం ఆయె! కాని, తాను ఏం చెయ్యగలదు? ఇంట్లో చిల్లిగవ్వ కూడా లేదు. ఆమె కళ్ళు చెమ్మగిల్లినై.

* * *

ఆ వూళ్లో పంపుల్లేవు. ఆ పేటలో బావుల్లేవు. పంపూ, బావీ ఆ ఇంట్లోనే వున్నాయి. అందుకని తెల్లవారిగట్టనుంచీ, ఆ చుట్టుపక్కల వాళ్ళంతా నీళ్ళకి కడవలు భుజాన పెట్టుకొని, చీమలబారుకి మల్లే వొస్తుంటారు. ఆ యింటికి ఆడవాళ్ళు కడవలు భుజాన పెట్టుకొని బిత్తరి చూపులు చూస్తూ, భయం భయంగా అడుగులో అడుగు వేసుకుంటూ వస్తారు. ఒక పడుచు అమ్మాయి కడవ భుజాన పెట్టుకొని వాలుచూపులు చూస్తూ వస్తుంటే ఇంట్లో వుండే ముసలిది కుండ భుజాన పెట్టుకొని ఆ పిల్లనే కనిపెట్టి చూస్తూ వెనకాలే వొస్తూ వుంటుంది. మొగవాళ్ళు మాత్రం రెండు చేతుల్లో రెండు బుంగలు పట్టుకొని ధనాధనమని అంగలు పంగలు వేసుకుంటూ వొస్తుంటారు. ఎదురుపడ్డ పడుచు తొలిగి పడుతూ ముసి ముసి నవ్వులు నవ్వుతుంది. వెనకవున్న ముసలిది "రామయ్యగారి లక్ష్మయ్య కాదటే, వాడికి తొలుగుతావెందుకు? నీకు అన్నవంటివాడు" అని ప్రమాదంలేని చుట్టరికం కలుపుతుంది. కాని అప్పటికే కడవలోనీళ్ళు చింది, కడవ ఎత్తుకొన్న భుజం, వొకపక్క రవికా తడిసి ఉంటై పడుచుకి.

శీనయ్య నీళ్ళకు వచ్చాడు.

శీనయ్య నీళ్ళకు రావటం చూసి, "ఇవాళ కొంచెం ఇంట్లో నీళ్ళు పోసిపో శీనయ్యా" అంది ఆమె.

"ఆ పోస్తానమ్మా" అన్నాడు శీనయ్య బావిబొద్దు ఎక్కుతూ.

శీనయ్యది పల్నాటి సీమ. "ఈ వూరు ఎందుకు వచ్చావు శీనయ్యా" అని ఎవరైనా అడిగితే, "బతకటానికి" అని వెతుక్కోకుండా జవాబు చెబుతాడు. లాగుడుబండి ఒకటి అద్దెకి తీసుకొని, దానివల్ల పొట్ట పోసుకుంటూ ఉంటాడు. నూటపదహార్లు సంపాదించి స్వగ్రామం వెళ్ళి పెళ్ళి చేసుకోవాలని అతని కోర్కె. తీరిగ్గా ఉన్నప్పుడు ఆ పనీ, యీ పనీ చేసిపెట్టి, కూరా, నారా పెట్టించుకు వెళుతుంటాడు. అతనికి వొండిపెట్టేవాళ్ళు లేరు. ఇన్ని బియ్యం వండుకొని తింటూ వుంటాడు.

ఆమె వంట యిల్లు శుభ్రంచేసి, పొయ్యి రాజేసింది. శీనయ్య దొడ్లో గాబులో నీళ్ళు పోస్తున్నాడు. పాప ముగ్గుడబ్బా చేత్తో పట్టుకు వొచ్చింది.

"వేశావా అమ్మా?"

"ఆఁ"

"దొడ్లో కూడా వేసి రా. మా అమ్మ కదూ!"

"వేశానే అంటే!"

"దొడ్లో?"

"ఆఁ! గేట్లో, వాకిట్లో, సందువాకిట్లో, దొడ్లో – అన్ని చోట్లా వేశాను."

పిల్ల చెప్పించుకోకుండా పనులు చేస్తున్నందుకు తల్లికి సంతోషం కలిగింది. "వెళ్ళమ్మా. వెళ్ళి కాసేపు చదువు. ఇంతలో కాఫీ కాస్తాను. కాఫీ తాగి బడికి వెళుదువుగాని."

"దా మరీ!"

బడికి వెళ్ళేముందు ఒక గంటసేపు తల్లితో పాఠాలు చెప్పించుకోవటం పిల్లకి అలవాటు.

"ఇవాళ నాకు తీరదమ్మా... నువ్వే చదువుకో, ఏముంది–రాత్రి చదువుకున్న పాఠాలేగా!" అంది తల్లి.

కాని, చదువుకోవటం కోసం వెళ్ళటానికి బదులు తల్లి దగ్గరకు వొచ్చి కూర్చొని, "ఒక్కరోజు బడికి వెళ్ళకపోతే ఏం అమ్మా!" అని అడిగింది పాప.

"వెళ్ళకపోతే చదువు ఎట్లా వొస్తుంది? ఇక్కడుండి ఏమి చేస్తావు?"

"అంట్లు తోముతాను. నాకు చేతవునే, తెల్లగా మెరిసిపోయ్యేట్టు తోముతాను. రోజూ నువ్వు తోముతుంటే చూట్టంలా? ఏముందీ? ఇంత పేడ తెచ్చుకొని ఇంత బూడిద వేసుకుని కూచుంటే, మిలమిలా మెరిసిపోతయి!"

తల్లికి ఏదో జ్ఞాపకం వొచ్చింది. విచారంగా పిల్లని దగ్గరకు తీసుకొని, "నేనుండగా ఆపని నీకెందుకమ్మా?" అంది.

"రాత్రి ఒంట్లో బాగాలేదంటివే?"

తల్లికి కళ్ళల్లో నీళ్ళు తిరిగినయ్. ఆమెకు వొంట్లో బాగాలేని మాట నిజమే! కాని అప్పుడే కూతుర్ని ఈ పనుల్లోకి దింపగలుగుతుందా? తను చేస్తున్నది చాలదూ?

తల్లి మెదలకుండా కూచోవటంవల్ల కూతురికి ధైర్యం వొచ్చింది. "నేను బడికి వెళ్ళనమ్మా! మేష్టరుగారు మాట్లాడితే జీతం జీతం అంటారు. నాన్నని అడిగితే కోప్పడతారు" అంది.

ఆరోజు పిల్ల బడికి వెళ్ళలేదు. తల్లి బలవంత పెట్టలేక పోయింది.

2

కూతురు అంట్లు తోముతూ వుంది. తల్లి కూరగాయల బేరం చేస్తూంది. "మొన్న దోసకాయలు ఇచ్చి వెళ్ళావు. అన్నీ చేదు విషాలయినయ్. ఒక్క కాయన్నా పనికి రాలేదు. నీ దగ్గర అంతా దండగ బేరంగా వుంది!"

"నా దొడ్లో పండినయ్యా తల్లీ? మారు బేరానికి అమ్ముకునే ముండని, నా మట్టుకు ఏం తెలుస్తుంది? వాళ్ళిస్తారు. నేను ఏసుకొస్తాను. మీబోటి మారాజులు కొంటే- నాలుగు డబ్బులు మిగిల్తే- నా పొట్ట నిండుతుంది."

"ఇవ్వాళైనా మంచికాయలు తెచ్చావా?"

"మంచియ్యనే తెచ్చా. మంచియి కాకపోతే నామొహం ఎవరు చూస్తారు?"

ఆ ముసల్ది మంచికాయలు తేదని ఆమెకు తెలుసు. చౌకబారు కాయలు వేసుకొచ్చి గిట్టినచోట గిట్టినట్లు ఇచ్చిపోతుంది. అయినా కొనక తనకు తప్పేదేముంది? మార్కెట్టుకు పంపటానికి ఇంట్లో డబ్బులేదు. ఈ ముసల్దయితే రేపు రమ్మంటే వొస్తుంది.

"బెండకాయలు ఎట్లా యిస్తున్నావు?"

"తీసుకోండి- ఎంతకో ఒకంతకి" అని తక్కెడ తీసి తుయ్యబోయింది.

"ఇప్పుడే ఇచ్చివొస్తున్నా? ఆ కోంటోరమ్మని అడగండి?"

"ఎంత?"

"ఆ, ఎంత-మీతో అబద్ధం చెపుతానా? సవ్వాసేరు పావలా."

"పావలా!... ముసల్దానా, నీకు పిల్లాజెల్లా లేరు కదా. ఈ డబ్బంతా ఏం చేస్తున్నావే!" అని నవ్వుతూ అడిగింది ఆమె.

"సరే తీసుకోండమ్మా, మూడణాలువేసి యిస్తాను."

బెండకాయలూ, బీరకాయలూ, పచ్చిమిరపకాయలూ ఇచ్చింది. ఒక అరవీశె కాకరకాయలుకూడా తీసుకోమని బ్రతిమాలింది. తీసుకోకపోతే, డబ్బు ఇప్పుడే ఇమ్మంటుందేమో అని ఆమె వొప్పుకుంది. దానికి ఆకాకరకాయలు ఎక్కడా అమ్ముడు కాలేదనీ, తనకు అంటగట్టి వెళ్ళాలని చూస్తూ వున్నదనీ ఆమెకు తెలుసు. కాని ఏం చేస్తుంది. ముసల్ది అరవీశ ఆకాకరకాయలు కూడా యిచ్చి డబ్బు అడిగింది.

"చిల్లర లేదు, రేపు వచ్చినపుడు కనపడు ఇస్తా" అంది.

"సరేలే అమ్మా" అని వెళ్ళిపోయింది. అంతే చాలనుకుంది ఆమె.

ఇంతలో శీనయ్య ఇంట్లో నీళ్ళుపోసి వొచ్చాడు.

"కొంచెం బజారుకి వెళ్ళిరావాలి శీనయ్యా?" అంది ఆమె.

"వెళ్తా."

"కట్టెలు తెచ్చి పెట్టాలి."

"డబ్బివ్వండి, తెస్తాను."

కాని డబ్బెక్కడిది? ఆమె డబ్బుకోసం లోపలికి వెళ్ళినట్టు వెళ్ళింది. దొడ్డి గోడదగ్గరకు వెళ్ళి పక్కయింటి కాంతమ్మను పిలిచింది.

"కాంతమ్మక్కా! అయిదు రూపాయలుంటే బదులిస్తావా? మొన్న జాకెట్లు కుట్టించాను. కుట్టుకూలి యివ్వాలి. వారిని అడగటానికి మనస్సు వొప్పటం లేదు, 'మొన్న వందరూపాయలు పెట్టి చీరెలు కొన్నానే. అప్పుడే మళ్ళీ ఖర్చా?" అని నొచ్చుకుంటారేమో అని భయంగా ఉంది. రెండు రోజుల్లో నాన్న వస్తాడు. రాగానే ఇచ్చివేస్తాను." అని అడిగింది.

ఇంట్లో ఐదు రూపాయలు లేవంటే లోకువ అనీ, తన భర్త గౌరవానికి ఎక్కడ లోపం వచ్చిపడుతుందో అనీ తప్పంతా తనమీదే పెట్టుకొని అడిగింది.

"అమ్మో! దానికేం అమ్మా! ఇబ్బంది ఎవరికయినా వొస్తుంది" అని కాంతమ్మ డబ్బు తెచ్చి యిచ్చింది. ఆ డబ్బు శీనయ్యకిచ్చి, "రెండు సలకల కట్టెపేళ్ళు తెచ్చిపెట్టు నాయనా" అన్నది.

"ఆఁ"

శీనయ్య బజారు వెళ్ళటానికి రెండడుగులు వేశాడు.

"చూడు శీనయ్యా, ఎట్లాగూ బజారు వెళ్తున్నావు గనక వొచ్చేటప్పుడు వొక సవాశేరు వెన్నపూస కూడా తెచ్చి పెట్టు."

కట్టెల అడితి, వెన్నపూసకొట్టూ రెండూ ఒక్కచోట కాదు. ఆ సంగతి ఆమెకు తెలుసు. అందుకనే రెండు పనులూ ఒకేసారి చెపితే ఏమన్నా అనుకుంటాడేమోనని ఈవిధంగా చెప్పింది.

శీనయ్య డబ్బు తీసుకొని, కట్టెలు కట్టుకు రావటానికి డొక్కనార తాడు తీసుకొని బజారు వెళ్ళాడు.

వెంటనే ఆమెకి వెచ్చాలు అయిపోయినయ్యనే సంగతి జ్ఞాపకం వొచ్చింది. పాపకోసం వెతికింది. అంట్లు తోముతున్న ఆ పిల్లని చూచేటప్పటికి విచారం, ఆనందం రెండూ ఒకేసారి కలిగాయి. అంట్లు తోమాల్సి వచ్చినందుకు విచారం, తోముతున్న వైఖరికి సంతోషం.

చేతులనిండా పేడా, మొహంనిండా బూడిదా పూసుకుంది పాప. నాపరాతిమీద చతికిలబడి కూర్చొని కాళ్ళారజాపి అంట్లు తోముతూ వుంది. చేతివూపుకి తగినట్టుగా తలవూపుతూ వుంది.

"ఒకసారి ఇట్లారా పాపా" అని పిలిచింది తల్లి.

"చేతిలో పని తెమలనియ్యి" అని సమాధానం చెప్పింది పాప. పని ఆపలేదు. తల ఎత్తలేదు.

"కొంచెం సుబ్బయ్య కొట్టుకు వెళ్లి వెచ్చాలు తెచ్చిపెట్టాలమ్మా" అన్నది తల్లి.

సుబ్బయ్యది చిల్లరకొట్టు. వాళ్ళ ఇంటికి దగ్గరలోనే ఉంది. అక్కడ వాళ్ళకు కాతా వుంది. అక్కడనుంచి అప్పుడప్పుడూ వెచ్చాలు తేవటం పాపకి అలవాటే.

"కావాల్సినయ్యేవో రాయి, తెస్తా" అంది పాప.

ఇంట్లోకి కావలసిన సరుకులు కాగితం మీద రాసి ఇచ్చింది తల్లి.

పెద్దఉల్లిపాయలు	ఒకవీశ
ఎండు మిరపకాయలు	సవాశేరు
ధనియాలు	రెండు గిద్దలు

మిరియాలు	అణా
ఆవాలు	అర్థణా
సన్‌లైట్ సోప్	మూడు అణాలన్నర
మంచినూనె	అరవీశ
కుంకుడుకాయలు	ఒకశేరు
లక్సుసోప్	నాలుగణాలన్నర
చింతపండు	అరవీశ
కందిపప్పు	రెండుశేర్లు
పచ్చి సెనగపప్పు	బేడాఅర్థణా

పాప చేతులు కడుక్కొని, లంగాకి తుడుచుకొని తడికాకుండా రెండు వేళ్ళతో కాగితం పట్టుకొని చదువుకుంది.

"రెండు సబ్బులు ఎందుకమ్మా?"

"ఒకటి బట్టలు వుతుక్కునే సబ్బు"

"నీ చీరె వుతుక్కోటానికా?"

"ఊఁ"

"నీ చీరెకు వేరే ఒక సబ్బు కావాలేం?" అంటూ పరుగెత్తింది పాప.

3

శీనయ్య కట్టెలు తెచ్చి వంట యింట్లో వేశాడు. కోమటి ఇంటి నుంచి నాలుగయిదుసార్లు తిరిగి చిన్న సంచితో సరుకులన్నీ ఇంటికి జేర్చింది పాప. శీనయ్య వెన్నపూసకూడా తెచ్చాడు. ఆమె సరుకులన్నీ సర్ది వొకసారి నిట్టూర్పు విడిచింది. "ఇవ్వాళ్టికి గట్టెక్కినట్టే, కాపరం ఒకరోజు గడచింది" అనుకుంది.

కాని వొకపక్కన ఆమెకు బాధగానే వుంది. తుమ్మితే వూడే ముక్కుగా ఇట్లా కాపురం ఎన్నాళ్ళు జరుగుతుంది. ఎంతదూరం ఆలోచించి చూచినా వొడ్డు కనపట్టం లేదు. ఆలోచించిన కొద్దీ భయంకరమైన అలలే కనిపిస్తున్నాయి. అలల తాకిడికి ఈ ఓడ ఎప్పుడు టక్కుమన్నా అనొచ్చు.

కాఫీకి పొయ్యిమీద నుంచి పాలు దింపుతూ చేతులు చూచుకుంది. అంట్లు తోమటంవల్ల గోళ్ళు అరిగినయ్. ముంజేతులు మసితో నల్లబడి ఉన్నయ్.

అరచేతులకు ఇదివరకున్న మృదుత్వం లేదు. తన ఆకారం, స్వభావం అన్నీ మారిపోతున్నట్లు ఆమె భావించుకుంది. ఇంకా ఎక్కువదూరం ఆలోచించటానికి భయం వేసింది.

"నాన్న లేచారేమో చూడమ్మా!"

"లేవలేదే ఇంకా."

"లేపమ్మా, కాఫీ ఆరిపోతుంది."

"నేను లేపను బాబూ, కోప్పడతారు"

ఈ మాట విని కాఫీ కలుపుతూ అలాగే ఆలోచిస్తూ కూర్చుంది ఆమె.

ఆమెకు చిన్నతనం, తన చదువుకున్న రోజులు, ఆనాటి తన వూహలూ అన్నీ జ్ఞాపకం వచ్చివుంటాయి. తను గురుకులంలో చదువుకున్న రోజులే తన జీవితంలోకల్లా మంచి రోజులనుకుంది. భర్తలను చూడవలసిన విధం, పిల్లలను పోషించవలసిన పద్ధతీ వాళ్ళు బోధిస్తూ వుంటే ఎన్ని తియ్యని వూహలు వూహించుకునేది! నిజంగా తన పెళ్ళి అయినప్పుడుకూడా అంతా తన్ను అదృష్టవంతురాలే అనుకున్నారు. తనూ అలాగే అనుకుంది. కాని, అనుభవానికి వచ్చేటప్పటికి అంతా తారుమారయింది. తప్పు ఎక్కడుందో తెలియటం లేదు.

"అమ్మా! కాఫీ..."

ఆలోచిస్తూ ఆమె కాఫీ ఆరిబోతున్న సంగతి మరచిపోయింది. కాఫీ చిందిపోతూ వుంది.

"ఆమె సర్దుకుని "నాన్నని లేపమ్మా!" అంది.

"నేను లేపనంటే"

"మా అమ్మవు కదూ"

"కోప్పడతారంటే"

"కోప్పడితేం? నాన్న అన్న తర్వాత ఆ మాత్రం కోప్పడరూ? వెళ్ళమ్మా– కాఫీ ఆరిపోతే నాన్న తాగరు."

ఆమె కళ్ళవెంట రెండు కన్నీటి చుక్కలు రాలినయ్. మొన్న ఆలస్యంగా లేచి కాఫీ ఆరిపోయిందని "నిద్రలేపటమే నీకు కష్టమయిపోయిందా?" అని కోప్పడ్డారు. నిన్న కూతురు లేపితే నిద్ర లేపినందుకు కోప్పడ్డారు.

"నేను చేసిన తప్పేమిటి?" అనుకుంటూ కూర్చుంది.

తల్లి విచారంగా వుంటం చూచి మాటల్లోకి దింపాలని ప్రయత్నించింది పాప.

"వెళ్తాలేవే! సరేగాని, నాన్న పెద్దవాడుగదా– అన్నీ తెలుసా?" అని అడిగింది.

"అన్నీ తెలుసునమ్మా..."

"మరి, తొమ్మిది పదమూళ్ళు ఎంత నాన్నా అంటే నాకు తెలియదు అన్నారే?" అని అడిగింది.

"ఏదో ఆలోచిస్తూ అన్నారుగాని ఆ మాత్రం నాన్నకు తెలియదటే?"

"తెలియదమ్మా ఒట్టు! మొన్న నక్షత్రాల్లో ఏముంటుంది నాన్నా అని అడిగితే నాకు తెలియదని కోప్పడ్డారు" అంది కూతురు. "నిజం అమ్మా! నువ్వడుగు– గాలి ఎట్లా వస్తుందో చెప్పమను. ఆకాశం ఎంత ఎత్తున ఉందో చెప్పమను. కొబ్బరిచెట్టు ఏయే పనులకు పనికివస్తుందో, నూనె చేయు విధమూ చెప్పమను...."

తండ్రికి ఏమేమి రావో కూతురు ఇట్లా చెప్పుకుపోతుంటే ఆమెకు నవ్వొచ్చింది.

వెంటనే తన చిన్నతనం జ్ఞాపకం వొచ్చింది. ఆడవాళ్ళకు ఎంత తెలివి వుండి ఏం లాభం? అది రాణింపుకి వచ్చే వీలేది? ఆ తెలివి బయటపడే అవకాశం భర్త ఇవ్వకపోతే అంతా బూడిదలో పోసిన పన్నీరు అవవలసిందే!

"ఈ పిల్ల జాతకం ఎట్లా వుందో" అని ఆలోచిస్తూ కూర్చుంది.

కూతురు నెమ్మదిగా లేచి తండ్రిని లేపటానికి వెళ్ళింది.

* * *

సీతారామారావు గాజుగ్లాసులో తప్ప కాఫీ తాగడు. ఇంకే గ్లాసులో తాగిన తాగినట్లు వుండదు అంటాడు. అందుకని అతనికోసం ప్రత్యేకం ఒక గాజుగ్లాసు తెప్పించింది. అది పిల్లలు ఎక్కడ పగలగొడతారో అనే భయంతో అతను కాఫీ తాగ్గానే అలమరలో దాస్తుంది అతని భార్య

ఇప్పుడు ఆ గాజుగ్లాసు కోసం నెమ్మదిగా లేచింది అతని భార్య.

మూడో ప్రకరణం

అసమర్థుని ఆదర్శం

సీతారామారావు ఇంకా నిద్రనుంచి లేవ లేదు. అతనికి కొద్ది రోజులనుంచి కలలు వస్తున్నయ్. అన్నీ తెల్లవారకట్టే. తెల్లవారకట్ట వచ్చే కలలు నిజమౌతవంటారు.

తను చీమలు దూరని చిట్టడవిలో, కాకులు దూరని కారడవిలో తపస్సు చేసుకుంటున్నాడు. ఒకపక్క పెద్దపులులు, సింహాలు కాండ్రుమంటున్నయ్. ఒక పక్క ఏనుగులు తండోప తండాలుగా తొండాలు పైకెత్తుకొని ఘీంకారాలు చేసుకుంటూ పరుగెత్తుతున్నయ్. కుందేళ్ళు కుప్పిగంతులు వేస్తున్నాయ్. లేళ్ళు చెంగుచెంగున దూకుతున్నయ్. నెమళ్ళు పింఛాలు విప్పి నృత్యం చేస్తున్నయ్. పాములు బుస కొడుతున్నయ్. ఒక నాగుబాము తన నెత్తిమీద పడగవిప్పి, సూర్యరశ్మి నుండి తనను కాపాడుతూ వుంది. ఒక కొండచిలువ చెట్టుచాటున కూర్చొని మనుష్య భాషలో, "అలా రండి, ఇలా రండి"అంటూ వుంది. చెట్టుమీద కోతులు కిచకిచ గెంతుతున్నయ్. అంత్రమధ్యాన పక్షులు రింగురింగున రౌండ్లు కొడుతున్నయ్.

ఒక ఎలుగుగొడ్డు తాటిచెట్టు ఎక్కి కల్లు లొట్టిలోనుంచి కల్లు తాగి కాళ్ళసందున తల ఇరికించుకొని, అంత ఎత్తునుంచి డామ్మున కింద పడింది. దానికి దెబ్బ తగలలేదు గాని భూమి అదిరింది. తపోభంగమయింది. కన్ను తెరిచాడు. తపోభంగ మయినందుకు తనకు కోపమొచ్చింది కాబోలు. తన నేత్రాల్లోంచి ఒక తేజస్సు–వెలుగు, ఒక మంట బయలుదేరి, సూటిగా ఎలుగ్గొడ్డు మీదికి వెళ్ళి, దాని వెంట్రుకలను కనురెప్పపాటులో చురచుర కాల్చివేసింది. ఇప్పుడు ఎలుగుగొడ్డు మబ్బులున్న ఆకాశానికి మల్లే, తోలువూడిన అరటికాయకు మల్లే తెల్లగా వుంది.

మళ్ళీ తను కళ్ళుమూసుకొని తపస్సు మొదలుపెట్టాడు. ఏండ్లు పూండ్లు గడిచినయ్.

తనచుట్టూ గబగబా పుట్టలు మొలచినయ్. గోళ్ళు పెరిగి పెరిగి మెలితిరిగి హాస్యగాని కర్రకుమల్లే వున్నయ్. గడ్డం ఇంతింతయి కారు మబ్బంత అయింది.

శరీరం శుష్కించి పోవటం, మొఖంలో బ్రహ్మ తేజస్సు ఉట్టిపడటం– రెండూ ఒక్కసారి జరిగినయ్. మరీ విచిత్రమేమిటంటే, శరీరం ఎంత శుష్కిస్తే, ముఖంలో బ్రహ్మ తేజస్సు అంత ఎక్కువ అవుతూవుంది.

ఉండి వుండి ఒక మెరుపు మెరిసింది. అది సాధారణంగా మెరిసే మెరుపువంటిది కాదు. కొండలను చీల్చుకొని భూమిమీదకు దూకే జలపాతానికి మల్లే. హృదయాలను చీల్చుకొని బయటకు దూకే ప్రేమ ప్రవాహానికిమల్లే, ఆకాశాన్ని చీల్చుకొని అతని ముందుకు దూకింది. దూకింది దూకినట్లుగానే వుండిపోయింది. ఆకాశాన్నుంచి అతని ముందుకి దాని తేజస్సుతో ఒక తెల్లని తళతళ మెరిసే బాట ఏర్పడింది.

ఆ మెరుపు తేజస్సుకి సింహాలూ, శార్దూలాలూ, ఏనుగులూ– వన్య మృగాలన్నీ నివ్వెరపోయినయ్. చేతనా రహితంగా ఎలా నుంచున్నవి అలాగే– ఎలా కూర్చున్నవి అలాగే– ఎలా తిరుగుతున్నవి అలాగే– వుండిపోయినయ్.

వెయ్యి రాంఢోళ్ళ మోత వినబడింది.

అతను కన్ను తెరచి చూశాడు. పార్వతీ పరమేశ్వరులు మెరుపు ఏర్పరచిన దారిగుండా పరుగెత్తుకొని వచ్చి, అతనిముందు ప్రత్యక్షం అయ్యారు. పార్వతీ పరమేశ్వరులు ఇద్దరు వ్యక్తులు కారు.

అర్థనారీశ్వరుడు.... ఒకే ఆకారంలో సగం పార్వతీ సగం శివుడూ. ఈ విషయం సుస్పష్టం చెయ్యటానికి అన్నట్లు, మధ్య పార్టీషన్‌గా వ్యవహరిస్తూ నల్లగుడ్డ, శివుడు మాట్లాడేటప్పుడు పార్వతినీ, పార్వతి మాట్లాడేటప్పుడు శివుణ్ణీ కప్పుతూ వుంటుంది. కాబట్టి పొరపాటునో, పార్టీషన్ గాలికి రెపరెప కొట్టుకునేటప్పుడో తప్ప, ఏకకాలంలో ఇద్దరూ కనపడరు.

సీతారామారావుని పలకరించేందుకు శివపార్వతులు తమలో తాము మాట్లాడుకున్నారు.

"నా మాట వినరు?" అన్నది పార్వతి. "ఏం వినలేదు?" అన్నాడు శివుడు. "భక్తులు పిలిస్తే చాలు దడదడా పది వరాలు జేబులో వేసుకొని ప్రత్యక్షం అవుతారు."

"నేనేం చేసేది, నేను పుట్టిందే అందుకాయె!"

"అయితేమాత్రం వేళాపాళా ఉండక్కర్లా!" అన్నది పార్వతి.

"భక్తులు వేళాపాళా లేకుండా తపస్సు చేస్తుంటే నేనేం చేసేది?" అన్నాడు శివుడు.

"మీ ఇష్టం" అన్నది పార్వతి.

"ఏం వరం ఇద్దాం? తర్వాత అడగలేదంటావు!" అన్నాడు శివుడు.

"మనం ఇచ్చింది తీసుకుంటాడా ఏమిటి?" అన్నది పార్వతి.

"ఏం చేస్తాడంటావు!" అడిగాడు శివుడు.

"తను కోరింది ఇమ్మంటాడు."

"ఏం చేద్దాం?"

"అడగండి ఏం కావాలో"

శివుడు అడిగాడు – "బిడ్డా! నీ తపస్సు ఫలించింది. కండ్లు తెరిచే వున్నావు గనుక ఇక నీకేమి కావలయునో కోరుకొనుము."

సీతారామారావు శివుణ్ణి తదేకధ్యానంతో చూశాడు. కోరుకోవాలి?

వైశ్వానరుడు 'బాంఙ్' అన్నాడు.

"అన్నం' అన్నాడు సీతారామారావు.

పార్టీషన్‌గా వ్యవహరిస్తున్న నల్లగుడ్డ శివుని ముఖం కనిపించింది. పార్వతి బయటపడి ఉలిక్కిపడింది. "నాథా!– ఇతని కోర్కెను నెరవేర్చకుడు!" అని ప్రార్థించింది. ఎంతో వినయంగా భయంగా అడిగింది.

"ఎందుకని?" శివుడు అడిగాడు.

"మీరు ఈ వరం ఇస్తే నన్ను వండి పెట్టమని అడుగుతాడు" అన్నది పార్వతి.

పార్వతి తనకు వరం ఇవ్వకుండా చేస్తుందేమో అని సీతారామారావుకు గాభరా పుట్టింది. ఇలా అన్నాడు.

"మీరు నాకు వొండిపెట్టక్కర్లేదు. ఎవరూ వండకుండా నేను అడక్కుండా ఎప్పటికప్పుడు పంచభక్ష్య పరమాన్నాలతో నా కడుపు నిండుతూ వుండాలి."

నల్లగుడ్డ పార్వతిని కప్పింది. శివుడు– "బిడ్డా నీ భక్తికి మెచ్చితిని. నీకు అసలు ఆకలి అనేదే లేకుండా చేస్తాను" అన్నాడు.

"ఆకలి లేకుండా చేస్తే ఎలా దేవా? ఇదేనా నీ ఆర్తజన రక్షణ పరాయణత్వం? నీ భక్తులను కాచు విధం? దీనజన పోషకుడని పేరు గాంచితివే? ఆశ్రిత జనరక్షాదక్షుడవని పేరు మోసితివే? ఈ పేరు ఎందుకు దేవా? నీ భక్తులను మోసం చెయ్యటానికి తగిలించుకున్నవేనా?"

శివునకు భయం వేసింది – "బిడ్డా తొందరపడకు – నీ కోర్కెను సవినయంగా మనవి చేసుకో" అన్నాడు.

"నాకు ఆకలి ఉండాలి. ఆకలితీరే అన్నం వుండాలి."

"అటులనే జరుగుగాక" అన్నాడు శివుడు.

నల్లగుడ్డ శివుణ్ణి కప్పింది. పార్వతి "ఇక వెళ్దాం" అంది. ఆమెకు భర్త స్వభావం తెలుసు? ఏం నోరు జారుతాడో అని భయం.

"మరొక సంగతి దేవా!" అడిగాడు సీతారామారావు.

"ఒప్పుకోకండి" అన్నది పార్వతి.

"ఎందుకని?" అడిగాడు శివుడు.

"మరొక వరం ఇమ్మంటాడు" అన్నది పార్వతి.

"ఇద్దాం" అన్నాడు శివుడు.

"తేలికయిపోతాం" అన్నది పార్వతి.

"ప్రేయసీ! బ్రహ్మవిష్ణులకంటే భక్తకోటిలో నాకే మంచి పేరు ఉండటానికి కారణం తెలుసా? ఎక్కువమంది భక్తులు నన్నే ప్రత్యక్షం కమ్మని ఎందుకు కోరుకుంటారో తెలుసా? తేలిగ్గా ప్రత్యక్షం అవుతానని, అడిగిన వరాలన్నీ అడగ్గానే ఇస్తానని!

"అనాది నుంచీ సంపాదించుకున్న మంచిపేరు నేను చెడగొట్టుకోను" అన్నాడు శివుడు.

"మీ ఇష్టం. నా కంటే మీకు మీ భక్తులమీదే ఎక్కువ ప్రేమ" అన్నది పార్వతి.

"కాదు మీ అందరికంటే పేరు ప్రఖ్యాతులమీద ఎక్కువ ప్రేమ నాకు" అని సీతారామారావువైపు తిరిగి "ఏమిటి బిడ్డా?" అని ప్రశ్నిచాడు.

"నా వరం ఇంకొకళ్ళకివ్వగూడదు."

"ఇవ్వను" అని మాట ఇచ్చాడు శివుడు. అప్పుడే భర్త నోరు జారటం మొదలు పెట్టారని పార్వతికి భయం ఎక్కువైంది. వెళ్దామని భర్తని తొందర పెట్టింది.

"వెళ్దాం" అన్నది పార్వతి.

"వెళ్దాం" అన్నాడు శివుడు.

"ఇంకొక వరం అడుగుతాడు" అన్నది పార్వతి.

"అడగనివ్వు" అన్నాడు శివుడు.

"అడిగి అడిగి చివరికి మీ నెత్తినే చెయ్యిపెడతాడు. భస్మాసురుణ్ని జ్ఞాపకం చేసుకోండి నాథా" అన్నది పార్వతి.

భస్మాసురుడు పేరెత్తేటప్పటికి శివుడికి భయం వేసింది. అతని బారినుండి తప్పించుకోటానికి తానుపడ్డ కష్టాలన్నీ జ్ఞాపకం వచ్చినై. వెంటనే సీతారామారావుని "బిడ్డా, నీకు శుభమగుగాక!" అని దీవించి ఇద్దరూ అంతర్ధానం అయ్యారు.

ఆకలి–ఆకలి–ఆకలి, పార్వతీ పరమేశ్వరులు అంతర్ధానం అవగానే బ్రహ్మాండాన్ని నమలకుండా మింగాలనే అంత ఆకలి పుట్టుకొచ్చింది సీతారామారావుకి, లోపలనుండి వైశ్వానరుడు 'భాంణ్' అని అరిచాడు.

ఆ అరుపుకి భూమి దద్దరిల్లింది. కొండలు పిండి అయినై. కోతులు చెట్లమీదనుంచి పండిన కాయలు రాలినట్లు రాలినై. పక్షులు అవ్వాయిచువ్వలకు మల్లే ఆకాశంలోకి చొచ్చుకుపోయినై! పాములు కుబుసం విడిచినై. నెమళ్ళ పింఛాలు తెగినై. తెల్లబడ్డ ఎలుగ్గొడ్డు ఎర్ర రంగుకి తిరిగింది.

"భాంణ్"

ఆ ధ్వనికి సీతారామారావు చుట్టూ పెరిగిన పుట్ట చెల్లాచెదరైంది. గడ్డం వూడి గాలిలో నాట్యం చేసింది. గోళ్ళు వూడి విచ్చుకత్తులై అడవిని నరికి పోగులు పెట్టినై.

"భాంణ్"

స్వర్గలోకం తూట్లుపడింది. ఆ తూట్లలో నుంచి ఊర్వశీ, రంభా, తిలోత్తమా మొదలైన అప్సరసలంతా పంచభక్ష్య పరమాన్నాలు పళ్లాల్లో పెట్టుకొని సూర్యకిరణాలకుమల్లే కిందకు దిగారు. ఒకతె సీతారామారావు తొడమీద కూర్చొని తినిపించటం మొదలుపెట్టింది. మిగిలినవాళ్ళు హాయిగా పాడుతూ, కన్నులపండుగ్గా నృత్యం చేస్తున్నారు.

క్షణంలో మహారణ్యం మారిపోయింది. ఎక్కడ చూచినా కోయిల కుహుకుహూరవాలే! సెలయేటి గుడగుడ ధ్వనులే! కుందేళ్ళు శార్దూలాల పాలు తాగుతున్నై. సింహాలు లేళ్ళకు చన్నిస్తున్నై. పాములు ఏనుగుల తొండాలకు మారుగా వేళ్లాడుతున్నై. కోతులు ఎలుగ్గొడ్డు మీద సవారీ చేస్తున్నై. అంతా నిత్యకళ్యాణం పచ్చతోరణంగా వుంది. సీతారామారావుకి నయనానందకరంగా వుంది.

దురదృష్టవశాత్తూ సీతారామారావు మంచంమీద కదిలాడు. నిద్ర చెదిరింది. పై దృశ్యం అదృశ్యం అయింది. తను పడుకున్న మంచానికి దగ్గర్లో వున్న కొబ్బరిచెట్టు

మువ్వ, గాలికి ఓటిమోత మోగుతూ వుంది. మొండిగోడ మీదనుంచి ఎవ్వరో పిలుస్తున్నారు. పక్క యింట్లో ఎవ్వరో పోట్లాడుకుంటున్నారు. తన పక్కలో పడుకున్న నల్లకుక్క లేచిపోయింది.

అతనికి లీలగా తన భార్య అప్పుడే పనిపాటలు మొదలుపెట్టినట్లు తెలిసింది. ఊహల తియ్యదనాన్నుంచి ఒక్కసారి నిత్య జీవితం మీదకు దృష్టి మళ్లేటప్పటికి, అతనికి భరించలేని బాధ కలిగింది. తన భార్యమీద కోపం వచ్చింది. ఎప్పుడూ పనే.. పని... పని. పొద్దున్న నాలుగు గంటలకు లేస్తుంది. రాత్రి పడుకునేవరకూ ఏదో ఒక పని చేస్తూనే వుంటుంది. అదైనా శుభ్రంగా చెయ్యదు.

అకస్మాత్తుగా అతనికి తన భార్యకు తొమ్మిదోనెల అని జ్ఞాపకం వొచ్చింది. భార్యమీద కోపం ఎక్కువ అయింది. తొమ్మిదోనెల గదా. ఆమాత్రం బుద్ధి ఉండక్కర్లా? బావిలో మంచినీళ్ళు కడవతో తనే తోడుతానంటుంది! ఏనుగంటి మంచాలు తనే బయటకు పడతానంటుంది. ఆ బరువులు మోసేటప్పుడు ఏ కాలో జారితే దానికేం! అది మంచంమీద మూలుగుతూ పడుకుంటుంది. డాక్టరుచుట్టూ మందుకనీ, మాక్కనీ తిరగవలసింది తనేగా? ఇంతకీ జీవితం నరకం చెయ్యటానికి పుట్టింది.

నెలలు నిండినా మొన్న పేరంటానికి వెళ్ళింది. చూచినవాళ్ళు ఏమనుకుంటారు? తనకు ఆ మాత్రం తెలియక్కర్లా? నిజంగా ఈ ఆడవాళ్ళకు సిగ్గు లేదు. తనకు సంతానం కలగబోతున్న సంగతి అందరికీ తెలియాలి అన్నట్లు తిరుగుతారు.

“నానా, నాన్నా” పాప లేపుతూ వుంది.

“లే నాన్నా, పొద్దెక్కింది.”

అతనికి లేద్దామనే వుంది. కాని బద్ధకం వొదల్లేదు. ఇంకొక భయం కూడా వుంది. లేచినప్పటినుంచీ బియ్యం లేవు. పప్పు లేదు. కూరలు లేవు.. ఇవేగా అది చెప్పేమాటలు. వొళ్ళంతా నొప్పులుగా వున్నై, గాల్లో ఆరుబయట పడుకుంటే కామాలు. కాదు, రాత్రి చంటిది మారాం చేస్తే, నవారు మంచం దానికిచ్చి నులక మంచం వేసుకున్నాడు. అబ్బా ఈ పిల్లలతో చచ్చే రోజు వస్తూంది. అన్ని మంచాలూ ఊరబెడ్తారు, పైగా తన భార్య “పిల్లలన్న తర్వాత....” అంటుంది.

“లే నాన్నా, అమ్మ లెమ్మంటోంది.”

“ఆఁ! అమ్మ లెమ్మంటుంది. లెమ్మనక ఏం చేస్తుంది? ఆర్డర్లు పురమాయించటం కూడా! ఏకల్లేవచ్చి మేకల్లే అయిందంటారే అట్లా వుంది దీని

వ్యవహారం. తను అడగదు. అన్నీ కూతురు ద్వారా అడిగిస్తుంది. ఈ మధ్య ఈ ఎత్తు ఒకటి ఎత్తుతూ వుంది.

"లేవండి, కాఫీ ఆరిపోతూ వుంది" అన్నది భార్య.

ఒకప్పుడు దీన్ని ఎట్లా ప్రేమించానా అని ఆలోచిస్తూ కళ్ళు నలుపుకుంటూ లేచాడు... "అయితే నేను బ్రతకటం కూడా మీ అమ్మ చూడలేకుండా వుందా ఏమిటి?" అని కూతుర్ని ప్రశ్నించాడు. ఆమె ప్రక్కనే వుంది.

"కాఫీ!" అన్నది భార్య గ్లాసు అందిస్తూ.

"లేవనివ్వు" అన్నాడు సీతారామారావు.

లేచాడు.

"కాఫీ!"

"కొంచెం మొహం కడుక్కోనిస్తావా?"

"అప్పుడు మళ్ళీ ఇస్తాను"

"మొహం కడ్డుక్కో అక్కర్లా?"

"మీకు అలవాటుగా బెడ్‌కాఫీ-"

"ఏం అలవాటయితే తప్పా? మొహం కడుక్కొని తాగాలని భగవంతుడు నిర్ణయించాడా? కాఫీతాగి మొహం కడుక్కుంటేనేం. మొహం కడుక్కొని కాఫీ తాగితేనేం? నా యిష్టం-"

"నేను కాదనటం లేదు. బెడ్‌కాఫీ మీకు అలవాటు గనుక...'

"బెడ్ కాఫీయా, గాడిదగుడ్డు కాఫీయా" అని భార్య చేతిలోని గాజు గ్లాసు తీసుకున్నాడు. వెంటనే వొద్దని తీసుకున్నట్టు జ్ఞాపకం వొచ్చింది. గ్లాసు గోడకువేసి కొడదాం అనుకొని గడగడా తాగేశాడు.

2

ప్రపంచంలో అన్ని శాఖల్లోనూ హేమా హేమీలున్నారు. వీళ్ళంతా అందరికీ ముఖ్యమయిన అన్నం దొరికేటట్టు చెయ్యలేకపోవటం అతనికి ఆశ్చర్యంగా, విచిత్రంగా వుండేది. పైగా వీళ్ళంతా నా సంఘానికి అన్నం కావాలంటే, నా సంఘానికి అన్నం కావాలనీ, నా దేశానికి అన్నం కావాలంటే, నా దేశానికి

కావాలనీ కాట్ల కుక్కలకు మల్లే కీచులాడుకుంటూ వుంటారు. ఈ కీచులాడుకునే చోట్లకి పెద్ద పెద్ద పేర్లు పెడతారు.

అంతర్జాతీయ మహాసభలు అంటారు. ఈ మహాసభలకు ఒక్కొక్క దేశంనుంచి ఒక్కొక్క ప్రముఖమయిన వ్యక్తి హాజరై ఉపన్యాసంమీద ఉపన్యాసం దంచుతాడు. గుక్కతిరక్కుండా గంటల తరబడి మాటలు దొర్లిస్తాడు. ఎన్ని ఉపన్యాసాలు దంచినా, ఎన్ని మాటలు దొర్లించినా అతను అడిగేదేమిటి?

అన్నం!

"మా పొట్టలకు అన్నం లేదు. మలమల మాడి చస్తున్నాం. మీరు ప్రసాదించండి– మీరు ప్రసాదించండి– మీరు ప్రసాదించండి" అని ఇతర దేశాలను అర్థించటం–

ఎంత నీచం!!

ఇతనే ఇంత నీచంగా ప్రవర్తిస్తుంటే మరొకదేశ ప్రముఖ వ్యక్తి లేస్తాడు–"చస్తే చావనివ్వండి, గాని ఆ దేశానికి అన్నం పంపటానికి వీల్లేదు!" అని హూంకరిస్తాడు.

కొన్ని దేశాలు తమకు అన్నం ఎక్కువయితే సముద్రంలో ఒలకబొయ్యటాని కయినా ఒప్పుకుంటయ్యిగాని, మరొక దేశానికి పంపటానికి ఒప్పుకోవు. మరొక దేశానికి కాదు– తమ దేశంలో వున్న బీదవాళ్ళకే పంచిపెట్టవు!

వీళ్ళిలా కీచులాడుకుంటూ వుంటే–

ఈ కీచులాట ఫలితం ఏమవుతుందో అని, అన్ని దేశాల ప్రజలు గుంటకాడ నక్కలకుమల్లే కాచుకు కూచుంటారు. ఏ దేశానికి ఎంత కబళం దొరికిందో అని వార్తలకు ఎదురుచూస్తుంటారు. ఈ ప్రవర్తన చాలా నీచంగా, అసహ్యంగా కనిపించేది సీతారామారావుకి.

ఇంతమంది మేధావులున్నారు గదా ప్రపంచంలో– వీళ్ళలో ఒక్కరయినా అన్నం తేలిగ్గా దొరికే పద్ధతి ఎందుకు కనిపెట్టరు? ఏ వాసన చూట్టంవల్లో, ఏ గాలి పీలవడంవల్లో, ఏ నీళ్ళు తాగడంవల్లో ప్రాణాలు నిలిచేటట్టు ఎందుకు చెయ్యరు? ఈ యుద్ధాలూ, ఈ నాశనాలూ, బాధలూ, తాపత్రయాలూ అన్నీ తప్పుతాయిగా? అంతా సుఖంగా బతుకుతారుగా! వాళ్ళీవిధంగా ఆలోచించరు. సంఘానికి కొన్ని నియమాలున్నాయి. ఆ నియమాలనుబట్టే పోవాలంటారు. సంఘం స్వభావసిద్ధంగా పొందే మార్పుకి దోహదం ఇవ్వాలంటారు. ఒక దశ తర్వాత ఒక దశ వొస్తూ వుంటుందట! ఒకరిమీద ఒకరు విప్లవం చెయ్యాలట! అలా చేస్తే, ఎప్పటికో వర్గాలులేని సంఘం ఏర్పడుతుందట! అప్పుడు అందరికీ అన్నం దొరుకుతుందట!

ఈ వాదం అతనికి ఏమాత్రం నచ్చలేదు.

ఏమిటిది?

అందరికీ అన్నం దొరికే ఏర్పాటు చెయ్యటానికి ఇప్పుడు అన్నం బాగా దొరికేవాళ్ళు అంగీకరించరట! వాళ్ళు ఎదురు తిరుగుతారట! అందుకని వాళ్ళమీద విప్లవం చేసి, అన్నం లేనివాళ్ళందరూ ఒకటై, రాజ్యాధికారం స్వాధీనం చేసుకొని అందరికీ అన్నం దొరికే విధానం ఆచరణలో పెట్టాలట!

"ఈ సిద్ధాంతం నేను ఒప్పుకోను" అన్నాడు సీతారామారావు.

"ఎందుకని?"

"అందరికీ అన్నం దొరకటానికి అన్నం ఉన్నవాళ్ళు ఎదురు తిరుగుతారనేది వొట్టి బూటకం. సంఘంలో ఎంతమంది అన్నం ఉన్నవాళ్ళు లేనివాళ్ళకు సహాయం చెయ్యటం లేదు? తమ ఆస్తిపాస్తులన్నీ నాశనం అయినా లెక్కచెయ్యకుండా సహాయం చేస్తున్నారే!"

"వాళ్ళు చేసేది కీర్తికోసం."

"దేనికోసమైనా కానియ్. ఆర్థిక పరిస్థితేకాక మరొక గుణం కూడా మానవునిచేత మంచిపనులు చేయిస్తుందని అంగీకరిస్తున్నట్లేగా."

"కీర్తి దాహం తీరగానే వీళ్ళు అన్నం లేనివాళ్ళని మోసం చేస్తారు."

"అన్నం లేనివాళ్ళు అన్నం దొరగ్గానే మిగిలిన వాళ్ళని మోసం చెయ్యరూ?"

"చెయ్యరు."

"ఎందుకని?"

"..........."

"అధికారంలోకి రావటానికి ప్రజలను సుఖపడేటట్టు చెయ్యడానికి అన్నం లేకపోవటం అర్హత అవటంలో అర్థం లేదు. అన్నం లేకపోవడం అనేక అనర్థాలకు దారి తీస్తుంది. ఇటువంటి అనర్థకాలకు ఆటపట్టయిన వాళ్ళు మాత్రమే విప్లవం చేసి ప్రజల్ని సుఖపెట్టగలరు అనటం– ప్రసవించటం కంటే గర్భస్రావంవల్లే మంచి పిల్లలు పుడతారన్నట్టు వుంటుంది.

అసలు ఇంకొక సంగతి. అన్నం లేకపోవడంవల్ల విప్లవం చేసే శక్తి, తర్వాత ప్రజల్ని సుఖపెట్టే ఉదారత్వం కలిగి, అన్నం వుంటం వల్ల కీర్తిదాహం హెచ్చి ప్రజల్ని

మోసం చెయ్యటం జరిగి అందరికీ అన్నం కావాలని కోరుకోవటం ఎందుకు? అన్నం లేకపోవటమే మంచిదేమో!"

ఈవిధంగా వాదించి, వాదించి 'ఈలోగానే మనం చస్తాం. మనం చచ్చిం తర్వాత ఎవరేమైతే మనకేం?' అనుకునేవాడు.

ఇలా ఆలోచించుకుంటూ వుండగా అతనికి అకస్మాత్తుగా ఆధ్యాత్మికవాదం మీదికి మనస్సుపోయేది.

'మన మహాఋషులు ఈ సమస్యని పాశ్చాత్యులకుమల్లే కాకుండా, సక్రమమైన దృష్టితోనే చూశారు' అనుకునేవాడు. పాశ్చాత్యులకుమల్లే ఆకలిని తీర్చటం కాకుండా, ఆకలిని జయించటానికి ప్రయత్నించారు. పొగతాగి బతికేవాళ్ళని మన పూర్వ గ్రంథాలు చెపుతున్నాయి. 'ఆ పద్ధతి ఏదన్నా ఉంటే బాగుండును' అనిపించేది అతనికి.

కాని, వెంటనే మనం ఈ గడియ చచ్చినా చచ్చిపోవచ్చుగదా! ఈ ఆరాటం మనకు ఎందుకు? అనిపించేది. వాళ్ళు చెప్పే నియమాలన్నీ పాటిస్తాం. సర్వసంగ పరిత్యాగం చేస్తాం. మహారణ్యాల్లోకి పోయి ఘోరతపస్సు చేస్తాం. ఈ పనంతా చెయ్యాలంటే కొన్ని సంవత్సరాలు పడుతుందిగదా! ఎన్నో కష్టాలను ఎదుర్కోవలసి వొస్తుందిగదా! ఇన్ని అనుభవించి, ఫలితం పొందకుండా మరణిస్తే! ఇన్ని సంవత్సరాలు బతుకుతామనే నిశ్చయం ఏమీ లేదయ్యే- ఈ లోగా ఏదో ఒకటి చెయ్యటానికి! ఏ సుఖమూ అనుభవించకుండా మరణిస్తే జీవితం వృధా అయిపోయినట్టేగా.

అతనికి పునర్జన్మలో నమ్మకం లేదు.

అప్పుడు అతనికి మరొక ఆలోచన తట్టేది. ఒక వంద సంవత్సరాలన్నా బతుకుతామనే గ్యారంటీ లేకపోతే ఈ ప్రపంచంలో ఏమీ చెయ్యలేం. నువ్వు ఎప్పుడు చచ్చినా చావొచ్చు- ఇప్పుడు నాతో మాట్లాడుతూ చచ్చినా చావొచ్చు. కాని, కొన్ని వందల సంవత్సరాలు బతుకుతాననే ఉద్దేశంతో పనిచెయ్యి అంటే ఏ తెలివిగలవాడికి చెయ్యబుద్ధి అవుతుంది?

ఎటు ఆలోచించినా, ఎంత లోతుకి పారచూచినా 'చచ్చేవరకు బతకటం తప్ప ఈ ప్రపంచంలో చేసేది ఏమీ లేదు' అనే నిశ్చయం అతనికి రూఢి అవుతూ వుండేది.

ఒకరోజున శీనయ్యని అడిగాడు- "ఏం శీనయ్యా, నాలుగు రోజులనుంచి ఎక్కడా కనపడటం లేదు?"

"నర్సారావుపేట వెళ్ళి వొచ్చానండీ."

"ఎందుకు?"

"బండిమీద సామాను వేసుకు వెళ్ళాను."

పెళ్ళికోసం అతనుపడే కష్టం చూస్తే, సీతారామారావుకి విచారం కలిగింది. శీనయ్య మనస్సుకి పెళ్ళి లేకుండా వుంటం, పిల్లలు కలక్కుండా వుంటం, పని చెయ్యకుంటా వుంటం అనే విచారణే రాదు. అదృష్టవంతుడు.

"పెళ్ళి చేసుకుని ఏం చేస్తావు శీనయ్యా?"

అతనికి ప్రశ్న అర్థం కాలేదు. తన తాత, ముత్తాత తాతా అందరూ పెళ్ళి చేసుకున్నారు. తనూ చేసుకుంటాడు. తన పూర్వులు పిల్లల్ని కన్నారు. తనూ భగవంతుడి దయవుంటే కంటాడు. తన పూర్వులు బతికారు. తనూ బతుకుతాడు. ఇందులో 'ఎందుకు'? అనే ప్రశ్నకు తావు లేదు. 'ఏం చేస్తావు?' అనే ప్రశ్నే లేదు.

శీనయ్యకు ఏమీ తోచక అతన్ని చూస్తూ నుంచున్నాడు.

"పెళ్ళి చేసుకుని మళ్ళీ ఇక్కడకు వస్తావా శీనయ్యా?"

"రాను" ఖచ్చితంగా చెప్పాడు.

"ఎందుకని?"

"నాకిక్కడ ఏముంది? బంధుగులు అంతా ఆడే వున్నారు. కూలో, నాలో చేసుకుంటే పొట్ట గడుస్తుంది."

"మరి ఇప్పుడెందుకు వచ్చావు?"

"ఆడ పొట్ట గడుస్తుందిగాని, డబ్బు మిగల్దు. డబ్బు మిగుల్చుకు పోదామని వొచ్చా..."

వెళ్తాడు. వెళ్ళి పిల్లల్ని కని కుటుంబయాత్ర సాగిస్తాడు. ఆ పిల్లలు ఎదిగి కూలో, నాలో చేసుకుని బతుకుతారు. చచ్చేవరకూ చాకిరీ చేస్తూ ఎప్పుడో పుటిక్కిన రాలిపోతాడు. నిత్యం జరగవలసిన విషయాల్లో అతనికి 'ఎందుకు'? అనే ప్రశ్నే రాదు. అలా జరుపుకుపోతూనే వుంటాడు.

ఏమీ తెలియని శీనయ్యా సుఖపడుతున్నాడు. అన్నీ తెలిసిన రామయ్య తాతా సుఖపడుతున్నాడు. మధ్య తనకు వొచ్చింది బాధ. అన్నం కోసం తాపత్రయపడటం నీచం. అన్నీ తెలిసి, తెలియనట్టు బతకటం ఆత్మవంచన- ఈ రెండూ తనకు పనికిరావు.

తాను ప్రయత్నించడు- అన్నం తానంతట అది వొచ్చిపడాలి. తాను ప్రయత్నించడు. సుఖాలు వాటంతట అవే వొచ్చి తన్ను ముసురుకోవాలి. కష్టాలు తన దగ్గరకు రాగూడదు. తను ఊహించిన వన్నీ జరగాలి. తాను ప్రయత్నించడు- ప్రయత్నించి నెరవేర్చుకోవటం కూడా గొప్పేనా? మూలనవున్న ముసలమ్మ చేస్తుంది ఆ పని. ఇక తన ప్రత్యేకత ఏముంది? ఏ ప్రయత్నం లేకుండా అలా జరిగిపోవాలి జీవయాత్ర. లేకపోతే చస్తాం. అనేక కష్టాలుపడి చిల్లర విషయాలకు అనేక మందితో ఘోట్లాడి బ్రతికిందానికంటే చస్తే ఏం? ఆ పని మాత్రం మన చేతుల్లో వున్న పనే!

సీతారామారావు చెయ్యగలిగిన పనుల్లో ముఖ్యమైనది ఇదే!

3

"నాన్నా!" బయటనుంచే పరుగెత్తుకొని వొచ్చి పిలిచింది పాప.

"ఊఁ" పలికాడు సీతారామారావు.

"నీకోసం ఎవరో వొచ్చారు."

"రానివ్వు"

"గదిలో కూర్చున్నారు."

"కూర్చోనివ్వు."

"రోజూ వస్తారే..."

"ఎవరు?-" కుతూహలంగా అడిగాడు సీతారామారావు.

"మీ స్నేహితులు."

స్నేహితులనేమాట వినేటప్పటికి సీతారామారావు గబగబా గదిలోకి వెళ్ళాడు.

సీతారామారావూ, స్నేహితులూ మాట్లాడుకున్నారు.

"అసలు ప్రాణం అనేది ఎలా వచ్చింది?" అడిగాడు సీతారామారావు.

"అనాది పదార్థాలు రెండు- జడం, చైతన్యం" అన్నారొకరు.

"చైతన్యం ముఖ్యం. ప్రపంచాన్ని ఆడించేది అదే" అన్నారు ఒకరు.

"చైతన్యం శాశ్వతం. జడం పుడుతుంది, గిడుతుంది" అన్నారు మరొకరు.

"తప్పు. రెండూ అనాది పదార్థాలే.." అన్నారు మొదటివారు. "జడం రూపం మారుస్తూ వుంటుంది గనక అశాశ్వతంగా కనిపిస్తుంది గాని అదీ శాశ్వతమే? మనం

మరణిస్తే శరీరాలు నశిస్తయి. అంటే మట్టిలో కలుస్తుంది. మట్టిగా ఉంటుంది. అందులోనుంచి మరొక రూపం పుట్టుకొస్తుంది."

"శరీరానికీ, శవానికీ భేదం ఏమిటి?" అడిగాడు సీతారామారావు.

"ఒక దానికి చేతనశక్తి వుంది? ఒక దానికి లేదు" అన్నారు వొకరు.

"ఏమయింది?" అడిగాడు సీతారామారావు.

"శరీరాన్ని విడిచిపోయింది" అన్నారొకరు.

"ఎక్కడికి పోయింది?"

"జీవాత్మ పరమాత్మలో కలిసింది."

"అయితే జడానికి సంబంధం లేకుండా, ప్రత్యేకంగా చైతన్యం ఉంటానికి వీలుందనేనా?"

"ఎందుకు లేదు?" అన్నారొకరు.

"లేదు" అన్నారొకరు.

"అసలు చైతన్యం అనేది వేరుగావుందని అనుకోవటం ఎందుకు?" అడిగాడు సీతారామారావు.

"లేకపోతే కదిలేవస్తువులు కదలకుండా ఎందుకు పోతయ్యో చెప్పలేం. మనిషి చావటం బ్రతకటం ఎలా జరుగుతుందో చెప్పలేం...."

"కారు కదిలేటప్పుడు ఏ చేతనశక్తి ప్రవేశించింది? ఆగినప్పుడు ఏ చేతనశక్తి పోయింది?" అని అడిగాడు సీతారామారావు.

"మీరు అన్నదే నిజం. మనవాళ్ళు చెప్పినవన్నీ పాత సిద్ధాంతాలు. తర్కానికి నిలవ్వు. పదార్థం అనుక్షణం పరిణామం పొందుతూ వుంటుంది. ఆ పరిణామంలో ఒక దశలో ప్రాణం వొచ్చింది. అంతేగాని బయటనుంచి వొచ్చిందీ లేదు. బయటకు పోయిందీ లేదు..." అన్నారు ఒకరు.

"ఎట్లా వొచ్చింది?"

"కారుకి మల్లేనే- కొన్నిటి కలయికవల్ల."

"ఈ కలయికకు కారణం వుందా?" అడిగాడు సీతారామారావు.

"లేదు" అన్నారు అంతా ఏకగ్రీవంగా. సీతారామారావుగ్గాని అతని స్నేహితులగ్గాని భగవంతునిలో నమ్మకం లేదు.

"ప్రాణం ఒక ప్రయోజనాన్ని సాధించటానికి పుట్టిందా?"

"లేదు"

"ఎందుకు పుట్టింది?"

"నిర్నిమిత్తం"

"నిర్నిమిత్తంగా పుట్టి, పరిణామం చెందేదాని ఫలితం మనకు విదితం. అసలు దానికే ప్రయోజనం లేనప్పుడు మన జీవితానికి ఆదరణ అనీ, ప్రయోజనం అనీ ఎక్కడనుంచి వొస్తుంది. నిర్నిమిత్తంగా పుట్టాం!" అని తేల్చేశాడు సీతారామారావు.

"కాదు, మానవుడికి ఆలోచించుకునే శక్తి, ముందుకు చూసే శక్తి వుంది. అందుకని తన జీవితానికి ఒక ఆదర్శం పెట్టుకొని, ప్రయోజనయుక్తంగా చేసుకుంటాడు" అన్నారు వొకరు.

"ఎందుకు?"

"అంతా సుఖపట్టానికి."

"ఇప్పుడు మనం మాట్లాడిందాన్ని బట్టి సుఖం, దుఃఖం అనేవి మానవ కల్పితాలే! కొన్ని ఉద్రేకాలకు ఆనందపడటం, కొన్ని ఉద్రేకాలకు విచారించటం నేర్చుకున్నాం. మనం కావాలని తెచ్చి పెట్టుకున్న వీటికి ఇంత ఆర్భాటం ఎందుకు?" అన్నాడు సీతారామారావు.

"అయితే ఏం చెయ్యమంటావు?"

"ఏదో ఒకటి చెయ్యమనాలనిగానీ, చెయ్యాలనిగానీ ఎక్కడుంది?"

"ఏమీ చెయ్యనక్కర్లేదని మాత్రం ఎక్కడుంది?" అని అడిగారు వొకరు.

"లేదు" అన్నాడు సీతారామారావు.

"లేనప్పుడు ఏమీ చెయ్యనక్కర్లేదని ఎందుకు చెప్పటం?"

"మానవుడు ఏదో ఒకటి చెయ్యాలని దురభిప్రాయపడుతున్నాడు గనుక."

"మీరు నిరాశ వెదజల్లుతున్నారు" అన్నారు వొకరు. "అవును! మనిషికీ, పశువుకీ అదే భేదం. పశువుకి ఆశా లేదు- నిరాశా లేదు. మనిషికి రెండూ వున్నాయి" అన్నాడు సీతారామారావు.

"ఇంతకీ తేలింది ఏమిటి?"

"తేలటానికి ఏముంది? మనం నిర్నిమిత్తంగా పుట్టాం. నిర్నిమిత్తంగా బ్రతకటానికి వీలుంటే బ్రతకటం- లేకపోతే చావటం!" అని ముగించాడు సీతారామారావు.

నాలుగో ప్రకరణం

అసమర్థుని మేనమామ

సీతారామారావు ఇంట్లోనుంచి బయటకు వొచ్చేటప్పటికి డ్రాయరుమీద కవరు వొకటి వుంది. అది తన మేనమామ రాసిన ఉత్తరం అని గ్రహించుకున్నాడు. అంతకుముందు వందరూపాయలు కావాలని తను ఉత్తరం రాస్తే ఆయన జవాబివ్వలేదు. దానిమీద అతనికి మండి ఇంకొక ఉత్తరం రాశాడు–

"నాకు వందరూపాయిలివ్వటం అంటే ఇప్పుడు నీకు కష్టంగా వుంది. ఒకప్పుడు నేను నీకు చేసిన సహాయం మరచిపోయినట్టున్నావు. నలభైవేల బాకీకి పది ఎకరాలు కట్టుకున్నాను. జ్ఞాపకం వుందా? నాకు మళ్ళీ ఒకప్పుడు డబ్బు కావలసివస్తే ఆ పది ఎకరాలూ పదివేలకు నువ్వే కొనుక్కున్నావు. నువ్వు చేసిన పనులు నాకు తెలియక వూరుకోలేదు. పొలం అమ్మిపెట్టమని నేను నీకు ఉత్తరం రాస్తే ఎవ్వరూ మొగ్గి రావటంలేదనీ, ధరలు పడిపోయినయ్యనీ ఆ వంకా, ఈ వంకా చెప్పి పదిహేను వందలు ఖరీదుచేసే ఎకరం, వెయ్యిరూపాయలకు కొనుక్కున్నావు– అన్నీ నాకు తెలుసు. ఎందుకులే, తింటే తిన్నాడులే అని వూరుకున్నాను. నీకు యింత సహాయం చేసినా కాస్త విశ్వాసం అయినా చూపకపోయావు! నా డబ్బు ఇంత తిని, నాకు ఇబ్బందిగా ఉందని రాస్తే వంద రూపాయలు పంపటం నీకు కష్టంగా వుందా!

ఈ మధ్య మా ఇంటికి ఒక కుక్క వొచ్చింది. దానికీ, నాకూ సంబంధం ఏమీ లేదు. ఏ జన్మలోనూ వుండివుండదు. ఉంటే నీ ద్వారానే ఉండాలి. దానికి ఒకపూట అన్నం వేశాను. అప్పటినుంచి అన్నం పెట్టినా, పెట్టకపోయినా రోజూ వొస్తూ వుంటుంది. రాత్రిపూట ఇల్లు కాపలా కాస్తుంటుంది. కుక్క విశ్వాసం గల జంతువు.

నీకిచ్చిన డబ్బుకి ఎన్ని కుక్కలు వొచ్చేవా? అని ఆలోచిస్తున్నా ప్రస్తుతం."

ఇదీ మేనమామకి వ్రాసిన ఉత్తరం సారాంశం. ఆ ఉత్తరానికి మేనమామ రాసిన జవాబు ఆ కవరు. అది చూడగానే సీతారామారావు మిక్కిలి కుతూహలంతో తీసుకొని చించాడు. తన ఉత్తరంతో మేనమామకి బుద్ధివొచ్చి వుంటుందనుకున్నాడు. తను తెలివి తక్కువవల్ల కాక మంచితనంవల్లే అతనికి సహాయం చేశానని తెలిసి

వుంటుంది. ఇన్నాళ్ళూ మోసం చేశానని ముసురుకుంటూ ఉండి ఉంటాడు. తన ఉత్తరం అతని రోగం కుదిర్చి ఉంటుంది అనుకున్నాడు. క్షమించవలసిందని బతిమాలుతూ రాసి ఉంటాడు, తప్పకుండా వంద రూపాయలు మనియార్డరు చేసి వుంటాడు. ఉత్తరంకంటే మనియార్డరు ఒకరోజు ఆలస్యంగా వొస్తుంది.

ఇలా ఆలోచిస్తూ ఉత్తరం చదవటం మొదలు పెట్టాడు. ఉత్తరం చాలా పెద్ద ఉత్తరం. మేనమామ ఇలా రాశాడు.

“నాయనా! నీ ఉత్తరం అందింది. ఇంతకుపూర్వం నువ్వు వందరూపాయల కోసం వ్రాసిన ఉత్తరం కూడా అందింది. నీకు వంద రూపాయలు పంపటం ఇష్టం లేకపోవటంవల్ల జవాబు వ్రాయటం అనవసరం అని వూరుకున్నాను. నీ రెండో ఉత్తరం ఇవాళే అందింది. నీ మనస్సులోవున్న ఉద్దేశాలన్నీ బయటకు వచ్చినందుకు చాలా సంతోషించాను. నా మనస్సులో వున్న వుద్దేశాలను చెప్పుకోటానికి అవకాశం యిచ్చావు.

నేను నీ విషయం చాలా రోజులనుంచి కనిపెడుతూనే వున్నాను. నీ తండ్రి, తాత విషయం కూడా నేను పూర్తిగా ఎరుగుదును. మొత్తం మీద మీ కుటుంబంలో ఒక దుర్గుణం వుంది. మీది ప్రత్యేక సృష్టి అనీ, మిగిలినవాళ్ళకంటే గొప్పవాళ్ళమనీ అనుకుంటారు. పదిమంది చేత పొగిడించుకోవాలనే వాంఛ మీ అందరికీ వుంది.

ఆ వాంఛ తీర్చుకోటానికి నీ కుటుంబం కొన్ని మంచిపనులూ, కొన్ని చెడుపనులూ చేసింది.

మీ దాతృత్వంవల్ల కొంతమందికి లాభించినా, మీ స్వాతిశయం వల్ల కొంతమంది ఎంత బాధపడేవారో మీకు తెలియదు. నీ చిన్నతనంలో నీ తల్లి వున్నప్పుడు నేను మీ ఇంట్లో వుండేవాణ్ణి! ఆస్తిపాస్తులు లెక్క చూచుకోవటం, జమా ఖర్చులు చూచుకోవటం, పొలం వెళ్ళి వ్యవసాయం చేయించుకోవటం, అజమాయిషీ కనుక్కోవటం మీ నాన్నకు తాను చెయ్యవలసిన పనులుగా కనపడేవి కాదు. కొందరు కష్టపడటానికీ, కొందరు సుఖపడటానికీ, జీవితంలో ఆనందంగా అనుభవించటానికి పుట్టారనీ మీ నాన్న అభిప్రాయం. ‘మేము ఇటువంటి పనికి బాగా పనికి వస్తాం’ అనే నమ్మకంతో నన్ను పిలిపించి మేనేజిమెంటు ఒప్పచెప్పాడు.

మేము మీ ఇంట్లో అడుగు పెట్టినప్పటినుంచీ పడిన బాధలూ, అనుభవించిన కష్టాలూ ఇతర్లకు తెలియవు. అప్పుడు మేం, అంటే మా కుటుంబం, కొద్దిగా చిక్కుల్లో వుండటంవల్ల, నా చెల్లెలిని వివాహం చేసుకోవటం వల్లే నీ తండ్రి ఔదార్యం

చూపాడనీ, ఇక నన్ను తీసుకువచ్చి ఇంట్లో పెట్టుకొని పోషించటం ఆయనకే తగిందనీ ఇతర్లు అనుకునేవారు. కాని, మీ ఇంట్లో నేను పడ్డ సుఖం చచ్చి ఏ స్వర్గాన ఉందో నీ తల్లి-ఆమెకు తెలుసు.

మమ్మల్ని నీ తండ్రి ఎన్నడూ తనతో సమానంగా చూచేవాడు కాదు. మేం ఆయన కళ్ళకు ఎప్పుడూ పరాయివాళ్ళంగానూ, తక్కువ వాళ్ళంగానూ, ఆయన మంచిమీద బ్రతుకుతున్న వాళ్ళంగానూ, నౌకర్లంగానూ కనుపించేవాళ్ళం. ఒక మాటతో, ఒక చూపుతో మేం తక్కువ వాళ్ళం అనే విషయం ఆయన అనుక్షణం జ్ఞాపకం చేస్తూనే ఉండేవాడు. ఇవన్నీ ఆయన తెలిసి చేశాడని నేను అనను. 'నా వంశం' అనే అహంకారం ఆయనలో జీర్ణించుకుపోయి తెలియకుండానే చేశాడు. ఎట్లా చేస్తే ఏమి? పర్యవసానంగదా ముఖ్యం! పర్యవసానం రీత్యా మేం బాధపట్టమే.

ఒక్కసారయినా తన సహపంక్తిని నన్ను భోజనం చెయ్యనిచ్చాడేమో మీ వాళ్ళని అడుగు. అనేకమంది చుట్టాలు వొస్తుండేవాళ్ళు. వాళ్ళతో కూర్చొని సరదాగా మాటలు చెప్పుకుంటూ అన్నంతినే ప్రాప్తం నాకు ఎప్పుడూ లేదు. అప్పుడప్పుడూ నేనే వాళ్ళకు అన్నం వొడ్డించవలసి వచ్చేది. నేను పళ్ళెం తీసుకురాగానే "చేతులు కడుక్కున్నావా?" అని అడిగేవాడు మీ నాన్న. ఆ మాటలో, ఆ మాట అడుగుతూ చూచే చూపులో ఎంత విషం, ఎంత అహంకారం, ఎంత పరుషత్వం ఉండేది? నా వొళ్ళు భగ్గున భగభగ మండేది. ఆ పళ్ళెం విసిరి పుచ్చుకొని మొహాన కొట్టి వెళ్ళిపోదామనిపించేది.

మీవాళ్ళంతా అన్నాలు ముగించుకునేవరకూ మేము అన్నం తినే ప్రాప్తం లేదు. మీ వాళ్ళ భోజనాలయిం తరువాత మీ మేనత్త కూడా భోజనం చేసింతర్వాత, వాళ్ళందరికీ తమలపాకులు ఇచ్చి, అప్పుడు వొచ్చేది నా చెల్లెలు, నన్ను పిలవటానికి ఏదో దొంగతనం చేస్తున్నట్టు భయపడుతూ 'రా అన్నాయి' అని పిలుచుకుపోయి అన్నం పెట్టేది. దాని ఇంట్లోనే అది దొంగ కావలసిన కర్మం పట్టింది.

నేను మామూలుగా కంచంలో తినేవాణ్ణి. ఒకరోజు ఎందుకనో విస్తరిలో వొడ్డించింది మీ అమ్మ. మీ నాన్న చూచి "విస్తరి కావలసి వచ్చిందే యిక్కడికి వొచ్చేటప్పటికి?" అన్నాడు. ఆరోజు మీ అమ్మ ఎంత ఏడ్చిందో నీకేం తెలుసు? "మనం వెళ్దాం అన్నాయి" అని కుళ్ళి కుళ్ళి ఏడ్చింది.

నేనే ఇతరులకు తెలిస్తే నవ్వుతారని ఊరుకోబెట్టాను.

అది మీ యింట్లో ఏం సుఖపడ్డది?

అది ఏ రోజయినా పరిశుభ్రంగా వుంటే, "మా ఇంటికి వచ్చి ఎన్ని నేర్చుకున్నావే? పులిని చూచి నక్క వాతపెట్టుకొని, పుచ్చి చచ్చిందట" అనేది నీ మేనత్త.

పనిపాటలు చేసి మురికిగా వుంటే, "పుట్టుకతో రావాలిగాని, నేర్చుకుంటే వస్తయ్యా?" అనేది నీ మేనత్త.

తన ఇంట్లో తానే పరాయిదానికిమల్లే బతికింది నా చెల్లెలు–బతికిన నాలుగురోజులు! బిచ్చగాడికి బిచ్చం వెయ్యటానికిగానీ, ఎవ్వరికైనా అన్నం పెట్టటానికిగానీ దాని ఇంట్లోనే దానికి చొరవ లేదు. కూరలు ఏమి వండవలసింది నీ మేనత్తను అడిగి వండవలసిందే. నీ మేనత్త ఎటువంటిదో నీకు తెలుసుగా! అయినా ఆవిడనని ఏం ప్రయోజనం, మీ వంశంలో అందరికీ వున్న గుణమే ఆవిడకీ వుంది.

ఆవిడకీ, ఆవిడ భర్తకీ తగాదా ఎందుకొచ్చిందో నీకు తెలుసా? దానికి మీ నాన్నే కారణం. "నా కుటుంబం గొప్పది. నీ కుటుంబం ఎందుకూ పనికిమాలింది. నీకిచ్చి నా గొంతు కోశారు" అని ఎప్పుడూ నానా మాటలు అంటూ వుండేదట భర్తని. అతను ఏం చెప్పినా చేసేది కాదట. "నేనెప్పుడయినా మా ఇంట్లో పనిచేసి ఎరుగుదునా?" అనేదట. మాట్లాడితే అలిగి మీ ఇంటికొచ్చి కూర్చునేదట. అతడు ఏమన్నా అంటే వొచ్చి మీ నాన్నకి చెప్పేది. మీ నాన్న వెళ్ళి అతణ్ణి నానా దుర్భాషలూ ఆడి వొచ్చేవాడు.

ఆ రోజుల్లో అతనికి మీ మేనత్తతో మాట్లాడుతున్నా, పోట్లాడుతున్నా మీ నాన్నతో మాట్లాడుతున్నట్టూ, మీ నాన్నతో పోట్లాడుతున్నట్టూ ఉండేదట! అప్పుడప్పుడూ పొరపాటున ఆమెను మీ నాన్నపేరే పెట్టి పిలిచేవాడట! అతను విసిగిపోయాడు. మీ మేనత్తతో కాపరం చెయ్యలేకపోయాడు.

ఒకరోజు మీ నాన్న తిడుతుంటే ఉండబట్టలేక– "నేను పెళ్ళి చేసుకుంది నిన్నా, నీ చెల్లెలినా?" అని అడిగేశాడు.

"నోరుముయ్" అని గదమాయించాడు మీ నాన్న.

"ముందు చెప్పు. ఈ విషయం ఇవ్వాళ తేలవలసిందే. నేను ఎవరితో కాపరం చెయ్యాలో స్పష్టంగా తేలాలి?" అని నిగ్గతీశాడు నీ మేనత్త మొగుడు.

"నువ్వు ఎవ్వరితోనూ చెయ్యక్కర్లేదు" అన్నాడు మీ నాన్న.

"ఎందుకని?"

"నువ్వు ఎవర్నీ పెళ్ళిచేసుకోలేదు" అన్నాడు మీ నాన్న.

"నీ చెల్లెల్ని చేసుకుంది ఎవరు?"

"నా చెల్లెలే నిన్ను చేసుకుంది."

"ఒక్క నీ చెల్లెల్తోనే పోనివ్వకు నీవు. నీ పితామహులు, నీ అహంకారం అన్నీ కలిసి నన్ను పెళ్ళిచేసుకొని, భూతాలయి నన్ను వేపుకు తింటున్నయ్. నా ప్రాణాలు తీస్తున్నాయి?" అని అరిచాడు నీ మేనత్త మొగుడు.

అక్కడితో మీ నాన్న అనరాని మాటలన్నీ అని "నా చెల్లెలు నా దగ్గరే ఉంటుంది" అని నీ మేనత్తను తీసుకువచ్చాడు. తర్వాత కార్పణ్యాలు పెరిగినయ్. మళ్ళీ వాళ్ళు కలవటానికి నీ వంశ గౌరవమే అడ్డొచ్చింది.

తన వంశంమీద ఇంత దురభిమానం వున్న ఆడవాళ్ళు ఎక్కడయినా కాపరం చేస్తారా నాయనా? వంశ పారంపర్యంగా వొచ్చే ఆచారాలు, అలవాట్లు, అభిరుచులు, భావాలు అన్ని కుటుంబాలలోనూ ఒకేరకంగా ఉండమంటే ఎట్లా వుంటాయి? ఎదుటివాళ్ళ భావాలంటే సానుభూతి వుంటే కుదురుతుంది గాని, వాళ్ళ సంస్కారం భిన్నంగా వుంది గనక, వాళ్ళని నీచంగా చూస్తుంటే ఇద్దరు వ్యక్తులు కలిసి ఎన్నాళ్ళు కాపురం చెయ్యగలరు?

నీ మేనత్త గతి యింతే అయింది. భర్తని విడిచిపెట్టినప్పటినుంచి మీ యింట్లోనే ఉండేది. చిన్నప్పుడే భర్త వొదిలిపెట్టటం మూలాన కోర్కెలు తీరక కోపం, అసూయ, ద్వేషం పెంచుకొని ఎప్పుడూ రుస రుసలాడుతూ వుండేది. ప్రతివాళ్ళతోనూ గిల్లికజ్జా పెట్టుకుంటూ ఉండేది. మేమేమీ అనకపోయినా, మేం ఎంత వొదిగి వొదిగి బతుకుతున్నా, మీ నాన్నతో ఎప్పుడూ ఏవేవో కొండాలు మామీద చెపుతూనే వుండేది. మీ నాన్న వొచ్చి మామీద అవులు చేసేవాడు. అవులు చేసినా ఫరవాలేదు. తప్పు చేస్తే - పెద్దవాడు తాను చేసినా చెయ్యచ్చు - మేము పడావచ్చు. కాని, ఆయన ఎంత సేపూ... "నా చెల్లెలికి మీరు.. ఎదురు చెపుతారా?" అనే అనేవాడు. ఆమె తన చెల్లెలు, తను పుట్టిన వంశంలో పుట్టింది కనక గొప్పది. మేము పరాయివాళ్ళం, పరాయివంశంలో పుట్టాం కాబట్టి తక్కువ వాళ్ళం. ఆమెను మేం ఏమీ అనగూడదు. అనటం మీవంతు, పడటం మా వంతు!

ఇలా బతికాం మీ యింట్లో. చివరికి నువ్వు మీ అమ్మకడుపున పడ్డావు! మీ అమ్మ దిగులు తీరింది. మీ అమ్మకు మళ్ళీ పూర్వపు కళా కాంతులు వొచ్చినయ్. తన కష్టాలన్నీ మరచిపోయింది. నువ్వు పుట్టిం తర్వాత ఆమె మళ్ళీ కొత్తజన్మ ఎత్తినట్లు

కనిపించేది. కాని నువ్వు పెరిగి వొస్తున్న కొద్దీ మీ అమ్మకు మళ్ళీ విచారం ప్రారంభం అయింది. ఒకరోజు నాతో "వాడు మనవంటివాడు కాదు అన్నాయి. అన్నీ వాళ్ళ నాన్న పోలికలే!" అని కన్నీరు పెట్టుకుంది.

ఆమె ఆ మాట అన్న తర్వాత నేను నిన్ను శ్రద్ధగా పరిశీలించాను. ఆమె అన్నమాట నిజమే! నీలో అన్నీ మీ నాన్న లక్షణాలే కనిపించినయి. అంత చిన్నతనంలోకూడా నువ్వు మీ నాన్నని అనుసరించటానికి ప్రయత్నిస్తూ వుండేవాడివి. కుర్చీ ఎక్కి మీ నాన్న కూర్చున్నట్టు కూర్చొని కాలు ఆడిస్తూ వుండేవాడివి. ఇంట్లోకి వచ్చి మమ్మల్ని మీ నాన్నకిమల్లే అవులు చేస్తూ వుండేవాడివి.

ఒక్కొక్కప్పుడు మీ నాన్న పిచ్చి చూపులు చూస్తూండేవాడు. ఎప్పుడో అకస్మాత్తుగా ఒక్క క్షణం నీకూ ఆ చూపులే వొచ్చేవి. మీ నాన్నకు మాట్లాడుతూ మాట్లాడుతూ మధ్య మధ్య మీసం కుడిచేత్తో దువ్వే అలవాటు ఉండేది. అంత చిన్నతనంలో నువ్వూ అట్లాగే చేస్తుండేవాడివి. మీ వాళ్ళంతా నిన్ను చూచుకొని మురుసుకుంటూ వుండేవాళ్ళు. "పులి కడుపున పిల్లిపిల్ల పుడుతుందా?" అని మీ నాన్న నిన్ను చూచి సగర్వంగా మీసం దువ్వేవాడు.

"అచ్చంగా వాళ్ళ నాన్నే అన్నాయి...." అని నాతో చాటుగా చెప్పుకొని నీ తల్లి కన్నీరు పెట్టుకునేది.

అక్షరాలా ఆమె భయపడినట్లే జరిగింది. తల్లి గనక రాబోయే అపాయాన్ని ముందే పసిగట్టింది. ఆమె అదృష్టవంతురాలు. నీవు పెద్దవాడవయిం తర్వాత నీ జీవితం చూచి బాధపడకుండా దాటిపోయింది. నేను వొచ్చేశాను.

నీకొక అనుమానం రావొచ్చు మీ యింట్లో అంత కష్టంగా వున్నప్పుడు నేను అన్నాళ్ళు ఎందుకు ఉండవలసి వొచ్చిందా! అని. నా చెల్లెలు కోసం వున్నాను. మీ యింటి పరిస్థితి చూచిం తర్వాత, దాన్ని విడిచి వుండటం ప్రమాదం అని బోధపడింది. నేను ఆమెతోపాటు మీ ఇంట్లో వుండకపోతే, ఆమె ఎక్కువ రోజులు బతికేది కాదు. అందుకని అది ఉన్నంతవరకూ అన్ని అవమానాలూ సహించి అంటిపెట్టుకున్నాను.

అనేకసార్లు మీ నాన్న చేతుల్లో, మీ మేనత్త చేతుల్లో నేను పడుతున్న అవమానాలు చూచి, "నువ్వు వెళ్ళిపో అన్నాయీ, ఇక్కడ ఉండొద్దు" అని బతిమాలేది నా చెల్లెలు.

"మరి నువ్వో అమ్మా?"

"నాకు తప్పదు."

"నువ్వు ఉన్నన్నాళ్ళూ నాకూ తప్పదు అనుకుంటా అమ్మా!" అనేవాణ్ణి.

నేను మీ ఇంట్లో వుండటం నాకంటే మీ కుటుంబానికే ఎక్కువ లాభం. నేను అహర్నిశలూ మీ పొలంమీద పనిచేశాను, చేయించాను. బాకీలు ఒక్క దమ్మిడీ పోకుండా వసూలు చేశాను.

కాని ఏం లాభం? ఒక పక్కన నేను రొమ్ములు పగలగొట్టుకొని డబ్బు కూడబెడుతుంటే, మీ నాన్న కాలుమీద కాలువేసుకొని తన చిత్తం వచ్చినట్లు ఖర్చుపెట్టేవాడు. నాకు అప్పుడప్పుడూ అనిపిస్తూ ఉండేది – 'నాకు ఎందుకు వొచ్చిన శ్రమ ఇది?' అని, 'నేను ఎవరికోసం కష్టపడుతున్నట్లు?' అప్పుడు నా మనస్సు మారింది...

ఇదంతా పాత చరిత్ర. ఇక నీ ఉత్తరంలోని విషయాలకు వొస్తాను...

ప్రస్తుత విషయాలను అర్థం చేసుకోటానికి ఉపయోగపడుతుందని పాత చరిత్ర చెప్పవలసి వచ్చింది. వేరే ఉద్దేశం ఏమీ లేదు.

నేను దూరంగా వున్నా మీ నాన్న చచ్చిపోయిం తర్వాత నీ ప్రవర్తన ఒక కంట కనిపెడుతూనే వున్నాను. నీవు నీ చుట్టూ చేర్చుకున్న వాళ్ళనిబట్టి, పేరుకోసం నువ్వు పడే తాపత్రయాన్ని బట్టి, ఆస్తి ఏమీ మిగల్చవని తేల్చుకున్నాను. ఆస్తి ఎట్లాగూ మిగల్చని వానికి అప్పు వడ్డీతోసహా ఇచ్చినందువల్ల ప్రయోజనం ఏమిటి? నేనే దండగ పట్టం తప్ప? మీ నాన్న ఉండగా ఒకసారి ఇటువంటి పొరపాటు చేశాను కాబట్టి. ఈసారి ముందే జాగర్తపడ్డాను. నిన్ను పిల్చుకొని బాకీ పరిష్కారం చేసుకున్నా, అప్పుడు ఏం జరిగిందీ, ఎలా జరిగిందీ నీకు తెలిసిన విషయమే.

నువ్వు మాత్రం నేను అనుకున్నట్టుగానే, నీ తండ్రికి మల్లేనే పదివేలు చేసే పొలం నలభైవేలకు కట్టుకొని, నీ వంశం గౌరవం నిలబెట్టావు. ఈ చుట్టుప్రక్కల అందరిచేతా పొగడ్తలు పొందావు.

కాని, నేను మాత్రం పది ఎకరాలు ఊరికే దానం చేసినట్లే భావించుకున్నాను. నువ్వు వ్రాసిన ఉత్తరంలో నలభై వేలకుగాను పది ఎకరాలు కట్టుకుని నాకేమిటో సహాయం చేశానని వ్రాశావు. నీవు కొంచెం జ్ఞాపకం తెచ్చుకుంటే, ఆ బేరంతో నీవు నష్టపడ్డావో, నేను నష్టపడ్డానో నీకే తెలుస్తుంది. ఆ రోజు నీ అత్త పిచ్చిదయి నోరు జారిందిగాని లేకపోతే నీ వంశం గౌరవం నిలబెట్టటానికి ఏమీ యివ్వకుండానే చెల్లబెట్టేవాణ్ణి. ఆ రోజే ఈ సహాయం పరాయి వాళ్ళకయినా చేస్తానని చెప్పావు.

సంపాదించుకునే అవకాశం లేకపోయినా చేస్తానన్నావు. ఇక నీవు నాకు చేసిన సహాయం ఏమిటి నాయనా? సహాయం చెయ్యటం నీకు వ్యసనం. నష్టపడుతూ యితరులకు సహాయం చేస్తున్నాననే ఆనందం కోసం చేస్తున్నట్టు నీ మాటలే స్పష్టపరుస్తున్నాయి. నీవు ఈ ఆనందం పొందటానికి నన్ను ఉపయోగించుకున్నావు. నీకు ఆనందం కలగటానికి నన్ను ఉపయోగించుకొని ఇప్పుడు "నీ కోసం అది చేశాను! నీకు విశ్వాసం లేదు" అని నన్ను నిందించటంలో అర్థం వుందా?

అదీకాక, ఒక ముఖ్యమైన సంగతి మనం విచారించవలసి వుంది. ఈ నలభైవేలు ఎవరివో తెలుసా? నీవు సంపాదించింది కాదు. నీ తండ్రి సంపాదించింది కాదు. మాది, నా చెల్లెలు వివాహానికి ఇచ్చిన డబ్బు వడ్డీ పెరిగి యింత అయింది. ఆమె వెళ్ళిపోయింది. మా డబ్బు మాదగ్గరే వుంది. ఇక నువ్వు ఇచ్చింది ఎక్కడ. నేను పుచ్చుకుంది ఎక్కడ? మేనల్లుడవని పైగా నేనే నీకు పది ఎకరాలిచ్చాను. నా తల్లి డబ్బు నాది కాదా అంటావు? నీదే? ఆ డబ్బు దుర్వినియోగం చెయ్యకపోతే! నీవు వుంచుకోని పక్షంలో, అసలు మాది గనక మాకు వుండటమే న్యాయం. అందులో ఈ డబ్బు మీ డబ్బు వంటిది కాదు నాయనా, కష్టార్జితం. చెమట వోడ్చి, తెలివి ఉపయోగించి సంపాదించిన డబ్బు.

బాబూ! ఈమధ్య నీ మామ వచ్చాడు. నీ పరిస్థితీ, నీ ప్రవర్తనా విపులంగా చెప్పాడు. నీమీద ఎలాంటి ఆశా పెట్టుకోవద్దనీ, నీవు లేనట్టుగానే ప్రవర్తించ వలసిందనీ జవాబు చెప్పాను. ఆయనకూడా నీ సంగతి ఆలోచించటం లేదు. నీ దగ్గిర వుంటే పిల్లలుకూడా చెడిపోతారేమో అని భయపడుతున్నాడు. కాని పాపం ఏం చేస్తాడు? పిల్లలను తీసుకుని వొచ్చెయ్యమని చెపితే కూతురు వొప్పుకోలేదట.

ఈ ప్రపంచంలోని విచిత్రాల్లో యిదొకటి. మంచి ఆడవాళ్ళు నీలాంటి పురుషుల భార్యలే అవుతారు. ఒడుదుడుకుల జీవితంలో వున్న ఆనందం సాఫీగా జరగటంలో వుండదు కాబోలు! వాళ్ళ నాన్న చెప్పిందంతా విని, "నిజమే నాన్నా, నేను కాని వొచ్చేస్తే ఆయన పని మరీ అధ్వాన్నం అవుతుంది. ఎట్లా జరగవలసిందో అట్లా జరగనివ్వు నాన్నా!" అన్నదట నీ భార్య.

"ఎందుకమ్మా నీకింత అభిమానం? అతను సుఖపడడు- ఇతరులను సుఖపడనివ్వడు" అన్నాడట నీ మామ.

"ఆయన చాలా గొప్పవాడు నాన్నా! గొప్పవాళ్ళ జీవితాలన్నీ అంతే, వాళ్ళని మామూలు మానవుల్ని కొలిచే బద్దతో కొలిస్తే అర్థం కాదు" అన్నదట నీ భార్య.

చూశావా? నీవు గొప్పవాడివట! నువ్వు నమ్మగలవా ఈ మాట.

ఏం లాభం, నీలాంటివాళ్ళ భార్యలు లేచిపోరు. నీలాంటి భర్తలు భార్యలను నీచంగా చూస్తారు. అందువల్ల వాళ్ళకు ఆత్మవిశ్వాసం చస్తుంది. భర్తలను సుఖపెట్టడానికి ప్రయత్నించటమే వాళ్ళకు జీవిత పరమావధి అవుతుంది. బానిస బ్రతుకుతో తృప్తిపడతారు.

భర్తలవల్ల సుఖపడే భార్యలదృష్టి వేరు. వాళ్ళకి తమమీద తమకు చాలా సదభిప్రాయం ఏర్పడుతుంది. తమకు ఏ కష్టం కలిగినా తప్పు తమదే అనుకుంటారు. మరొకరైతే తమను ఎంత సుఖపెట్టేదీ ఊహించుకుంటారు. లేచిపోతారు.

కాని మనకు లేచిపోవటం తప్పు, బానిస బ్రతుకు బ్రతకటం గొప్ప. నీ భార్య నిన్ను విడిచిపెట్టదు. జీవిత పర్యంతం నీ చేతుల్లో కష్టాలనుభవిస్తూ నీతోనే ఉంటుంది. నీ గొప్పతనం చాటుతూ వుంటుంది. నేను నిన్ను విడిచి వూరుకున్నట్లే వాళ్ళ నాన్న ఆమెను విడిచి వూరుకున్నాడు...

నాయనా నా దగ్గిర డబ్బు వుంది– కాని నేను ఇవ్వను. అసలు నీకు డబ్బు ఎందుకు– ముష్టి డబ్బు, డబ్బులేకుండా వంశ గౌరవం నిలబెట్టలేవూ? మేము డబ్బు మనుషులం. మీరు కీర్తి మనుషులు. మీరు డబ్బు లేకపోయినా కీర్తిమీద బతకగలరు. మాకది లేకపోతే జీవితమే లేదు.

కుక్క విశ్వాసంగల జంతువు – అని వ్రాశావు, కుక్కలు అంతే. నీకింకా అనుభవం తక్కువ. అందుకనే పెద్దలు 'కుక్క బుద్ధి' అంటారు. చూస్తూ చూస్తూ కుక్క అవటానికి ఎవరు వొప్పుకుంటారు? అందులో నేను? మీ యింట్లో అన్నాళ్ళుండి, మీనుంచి అంత జ్ఞానాన్ని పొంది, అటువంటి పొరపాటు పని చేస్తానా? చెయ్యను.

నాయనా ఎవరి బలహీనతలకు ఎవరి అజ్ఞానానికి వాళ్ళే బాధలు పడాలి, నీ చర్యల ఫలితం నువ్వే అనుభవించాలి. యితరులను నిందించి ప్రయోజనం ఏముంది? ఒకళ్ళను చూచి ఈర్ష్యపట్టం, నీ కష్టాలకు యితరుల సంకుచిత స్వభావం కారణం అనుకోవటం, నీ బలహీనతలను, నీ పొరపాట్లను సమర్థించుకోటానికి కారణాలు వెతకటం, నీ అసమర్థత మూలంగా వొచ్చిన కోపానికి యితరులను గురి చెయ్యటం, నీబోటి చదువుకున్న వాడు, విశాల హృదయుడు, కీర్తికాముడు చెయ్యవలసిన పని కాదు. నీ వంశ ప్రతిష్ఠకు, నీ కుటుంబ గౌరవానికి భంగం.

జీవిత ప్రవాహం ప్రచండ వేగంతో వెళ్ళిపోతూ వుంది. అందులో ఎవరెవరి సంస్కారాన్ని బట్టి వాళ్ళు తమ సుఖంకోసం పోట్లాడుకుంటున్నారు. ఇదొక మహా సంగ్రామం. ఈ సంగ్రామంలో పిరికివాళ్ళకు అసమర్థులకు చోటు లేదు.

టిక్కెట్లు యిచ్చే కిటికీ దగ్గర జనం విరగబడి నేను ముందు టిక్కెట్టు తెచ్చుకోవాలంటే నేను ముందు తెచ్చుకోవాలని త్రొక్కిసలాడుతూ వుంటారు చూడు. జీవిత సంగ్రామాన్ని తలుచుకున్నప్పుడల్లా ఆ దృశ్యం కళ్ళకు కట్టినట్టు కనిపిస్తుంది నాకు. ప్రతివాడూ తను ముందు టిక్కెట్టు తెచ్చుకోవాలని తాపత్రయపడే వాడేగాని, మిగిలినవాళ్ళ సంగతి ఏ ఒక్కడూ ఆలోచించడు. కాళ్ళు నలుగుతయ్, చొక్కాలు చిరుగుతయ్. ఒక్కడూ ఇలా చెయ్యటం తప్పనుకోడు. చేయించుకోవటం అవమానం అనుకోడు. ప్రతివాడి దృష్టి టిక్కెట్టు మీదే! ఒకడు ఇనప పాదాలతో వొస్తాడు. జనాన్ని కసాపిసా తొక్కుకుంటూ కిటికీ దగ్గరకు వెళ్తాడు. అందరికంటే వెనుక వచ్చినా అందరికంటే ముందే టిక్కెట్టు తెచ్చుకుంటాడు.

అసమర్థులు, భీరువులు, ఆ సంఘర్షణలోకి దిగలేక దూరంగా నిలబడి చూస్తూ వుంటారు. వాళ్ళూ రైలుకి వెళ్లవలసినవాళ్ళే. వాళ్ళకూ టిక్కెట్టు కావలసిందే. కాని అందుకు ప్రయత్నించలేరు. పైగా టిక్కెట్టు కోసం తాపత్రయపడేవాళ్ళను చూచి 'నీచులు', 'స్వార్థపరులు', 'మోసగాళ్ళు' అని ఏమేమో అనుకొని తృప్తిపడతారు. వాళ్ళు ఎవరన్నాగానీ, వాళ్ళ స్వభావం ఎటువంటిదైనాగానీ, టిక్కెట్టు దొరికేది వాళ్ళకే. రైలు అందేదీ వాళ్ళకే. రైలుకు వెళ్ళటం ముఖ్యం అయినప్పుడు అందుకు అవసరం అయిన పనులన్నీ చెయ్యవలసిందే. ఆ పనులన్నీ మంచిపనులే అవుతాయి. అలా చెయ్యక దూరంగావుండే వాళ్ళు వొచ్చే పొయ్యేవాళ్ళని చూస్తూ, టిక్కెట్టు తెచ్చుకునేవాళ్ళని చూచి ఈర్ష్యపడుతూ, రైలువాళ్ళని విమర్శిస్తూ అలా నుంచోవలసిందే!

తమ ఉన్నతభావాలు తమకుంటై. రైలుదారిన రైలు వెళ్తుంది. నాయనా! పెద్దవాణ్ణి చెపుతున్నాను– ఇక నాకు ఉత్తరాలు రాయవద్దు. నీ తెలివితేటలు ఉపయోగపడే చోటు చూసుకో!"

ఉత్తరం చదువుకునేటప్పటికి సీతారామారావుకి అయోమయం అయింది. ప్రపంచం గిర్రున తిరుగుతున్నట్లు అనిపించింది. ఇంకొకసారి ఆ ఉత్తరం వంక చూట్టానికే భయం వేసింది. ప్రతి అక్షరం బాకై అతని హృదయంలో గుచ్చుకొని బాధపెట్టింది. తన మేనమామ తనంటే ఎంతో ప్రేమగా అభిమానం చూపుతూ వుండేవాడే! ఆ ప్రేమా, అభిమానం వొట్టి నటనేనా? ఇన్నాళ్ళూ ఎంత విషం హృదయంలో పెట్టుకొని దాచగలిగాడు తన మేనమామ! అసలు మనుష్యులంతా ఇంతేనా? తన్ను పొగిడేవాళ్ళు, తనతో స్నేహం చేసేవాళ్లు, తనంటే లోపల ఒకటి పెట్టుకొని పైకి వేరువిధంగా నటించే వాళ్ళేనా? ఇక ఎవరిని నమ్మేటట్టు? ఎవరిమాట నిజం అనుకునేటట్టు?

ఒకసారి తను తన మేనమామ ఇంటివద్ద వుండగా ఒక సంఘటన జరిగింది. అప్పటికే అతను ఆర్థికంగా ఇబ్బందిలోపడి, మామ యివ్వవలసిన బాకీ క్రింద ఎకరాలు కట్టుకున్నందుకు పశ్చాత్తాప పడుతున్నాడు. అప్పటికే కొంత మంది తన్ను చాటుమాటుగా అసమర్థుని క్రింద జమకట్టి, హేళన చేస్తున్నారని తెలుసుకుంటున్నాడు. ఆ సందర్భంలో ఆమాటా ఈమాటా మాట్లాడుతూ, "మీకు రాసి ఇచ్చింది ఉత్తరప్పొలం మురుగు తగుల్తుంది. ఎకరానికి ఏ రెండువందలైనా ఖర్చుపెడితేగాని బాగుపడదు.. దక్షిణపు పొలం బంగారం తునక" అన్నాడు వాళ్ళమామ శూద్ర నౌకరు.

అతనికి ఈ సంగతి తెలిసేటప్పటికి కష్టం వేసింది. మాట వరసకైనా తన మేనమామ ఈ మాట తనతో ఎప్పుడూ అనలేదు. ఆయనకు తను ఎంతో సహాయం చేశాడు గదా! తన్ను మోసం చెయ్యాలని చేస్తాడా? అని ఆలోచించాడు.

"మామయ్య రైతు గదా, ఇన్నాళ్ళూ పొలం మరామత్తు చేయించకుండా ఎందుకు వూరుకున్నాడు?" అని అడిగాడు శూద్రనౌకర్ని. "ఏమోనండీ- మిగిలిన పొలం అంటే పసిపిల్లని చూసినట్టు చూసేవాడు. ఈ పొలంమాట ఎత్తేప్పటికి కస్సుమని లేచేవాడు!"

"మరామత్తు చేస్తే ఫలసాయం ఎక్కువ వొచ్చేదిగా?"

"రాకేమండి. మీరే చేసుకుంటారని వూరుకున్నారేమో" అన్నాడు శూద్రనౌకరు. ఈ మాటకు సీతారామారావు స్తంభించిపోయాడు. చాలాకాలం నుంచీ తన మేనమామ ఈ పొలం తనకు అంటగట్టి, ఋణవిముక్తి పొందాలని చూస్తున్నాడన్నమాట! ఎట్లాగూ తన ఇష్టంవచ్చిన ధరకు అంటగట్టగలననే ధైర్యంలో మరామత్తు చెయ్యటం దండగ అనుకున్నాడన్నమాట!

అతనికోసం తనంత త్యాగానికి సిద్ధపడితే ఎంత నీచంగా ఆలోచించాడు తన మేనమామ అనుకున్నాడు సీతారామారావు.

ఆ సాయంకాలం ఆవూరి కరణం కలిశాడు. కరణానికీ, తన మేనమామకీ పచ్చిగడ్డివేస్తే భగ్గున మండే అంత వైరం. కుశల ప్రశ్నలు అయిన తరువాత- "ఏమండీ ఉత్తరపు పొలం మీ మేనమామగారు మీకు బాకీ క్రింద కట్టినట్లున్నారు. ఎంతో మీకేమైనా జ్ఞాపకం వుందా?"

"లేకేం? పది ఎకరాలు" అన్నాడు తను.

"వ్రాయించుకునేటప్పుడు సర్వే చేయించారా?" అని అడిగాడు.

అతనికి ఆ గొడవ తెలియదు. "నాకు సరిగ్గా జ్ఞాపకం లేదు. చేయించకుండా ఎందుకు వుంటారు? చేయించే వుంటారనుకొంటాను" అన్నాడు.

"అవున్లెండి. చేయించకుండా ఎందుకు వుంటారు? మేనమామ మేనల్లుళ్ళ మధ్య అలాంటివి ఎందుకు జరుగుతవిగాని మొన్న ఏదో సందర్భంలో లెక్కలు చూడవలసివస్తే తొమ్మిది ఎకరాల పదిసెంట్లేనని తేలింది. అందుకే ఊరికే సంగతి తెలుసుకుందామని అడిగాను" అన్నాడు.

అక్కడనుంచి గ్రంథాలయానికి వెళ్ళాడు. అక్కడ చిరకాల స్నేహితుడొకడు కనిపిస్తే, ఇద్దరూ కలసి కాలవగట్టుకి షికారు వెళ్ళారు. అతను తన మేనమామ గురించి మరికొన్ని విషయాలు చెప్పాడు. "అబ్బాయీ.. నా మాట విని నీ పొలం ఇంకెవ్వరికన్నా కవులుకిచ్చి వెళ్ళు. నీ మేనమామ కింద వుంటే నీకు దమ్మిడీ రాదు. నీ శ్రేయస్సుకోరి చెపుతున్నాను. నా మాట విను" అన్నాడు.

"ఎందుకని? కారణం చెప్పు- అలాగే చేద్దాం" అన్నాడతను.

స్నేహితుడు చెప్పాడు.

తన మేనమామ మాట వినేవాళ్ళకీ, ఇంట్లో ఏదొచ్చినా పనిచేసి పెట్టేవాళ్ళకీ, ఊళ్ళో మద్దతుగా ఉండేవాళ్ళకీ పొలం తక్కువ కౌలుకి ఇస్తున్నాట్ట, వాళ్ళు చేలు బాగుచేసినా, చెయ్యకపోయినా పట్టించుకోవటం లేదట. ప్రతి సంవత్సరం బకాయిలు పెట్టి సరిగ్గా వసూలు చెయ్యటం లేదట. ఇటీవల నాలుగు ఎకరాలు సొంతానికి తీసుకొని చెఱకు వేశాడట. చెఱకు సొంత చేలో వేసుకోకుండా తన చేలోవేసి కవులు మాత్రం మామూలు కవులే ఇస్తున్నాట్ట. ధర తక్కువలో వుండి డబ్బు అవసరం అయితే తన ధాన్యం అమ్ముకొని తక్కువ ధరల లెక్కల ప్రకారం డబ్బు పంపుతాడట!

ఇలా తన మేనమామ తన్ను చేసే మోసాలు ఎన్నో చెప్పుకొచ్చాడు. అతను చెప్పేమాటలు వింటుంటే సీతారామారావు ఉడికిపోయాడు. డబ్బు నష్టపడ్డందుకు అతనికి దిగుల్లేదు. తనంతటివాడు మోసపోయానే అనే చింత!

స్నేహితుడు చెప్పిన మాటలు అతని హృదయాన్ని గాయపరిచినై. అతని కళ్ళకు ప్రపంచం అంతా తారుమారైనట్టు కనిపించింది. అలోచించుకుంటూ బాధపడుతూ తిరిగి మేనమామ ఇంటికి వచ్చాడు.

ఇంట్లో అడుగు పెట్టగానే అతని వైఖరిని కనిపెట్టి "ఏం బాబూ అలా వున్నావు?" అని అడిగింది అతని మేనత్త.

అతడు తను విన్న సంగతులన్నీ చెప్పి "ఇది న్యాయమా అత్తా!" అని అడిగాడు.

ఆమె భర్త మీద మండిపడి భర్త ఇంటికి రాగానే కస్సున లేచింది. "కుర్రవాణ్ని చేసి మోసం చెయ్యటం భావ్యం కాదు" అంది. "వాడికి పెట్టవలసింది పోయి వాడి డబ్బు తింటమా!" అంది. "వాడు అమాయకుడు- అర్భకుడు, మనం అడిగిన సహాయం చేశాడు. వాడు ఇప్పుడు ఎంత క్షోభ పడుతున్నాడో చూడండి. వాడి మనస్సు కష్టపెట్టటం మనకు శ్రేయస్కరం కాదు" అంది.

భర్త అన్నిటికీ ఏవేవో జవాబులు చెప్పాడు. "మాటలు అనవసరం. గిట్టనివాళ్ళు అనేకం చెపుతారు. స్పష్టంగా దమ్మిడీ దగ్గరనుంచీ ఎకౌంటు రాసేవుంది. చూచుకోమను" అని ఎకౌంటు పుస్తకాలు ముందు వేశాడు.

కాని తాను చూసుకునేదేమిటి? తనకు డైరీ రాసుకునే అలవాటైతే ఉందిగాని ఎకౌంటు రాసుకునే అలవాటు లేదు. ఎంతెంత తీసుకున్నాడో జ్ఞాపకం లేదు. ఎకౌంటు ఎట్లా వెరిఫై చెయ్యటం! మెదలకుండా కూర్చున్నాడు.

"చూడు" అన్నాడు మేనమామ.

"ఏముంది చూట్టానికి!" అన్నాడు సీతారామారావు.

"ఊళ్ళోవాళ్ళ మాటలు నమ్మి నీ డబ్బు తిన్నాననంటివిగా! నీ తల్లి చచ్చిపోయిన తరువాత ఈ పొలం కాపాడటానికి ఎన్ని తిప్పలు పడ్డానో నీకేం తెలుసు? వూళ్ళో అవతల పార్టీ వాళ్ళని పట్టుకొని పొలం స్వాధీనం చేసుకోవాలని నీ తండ్రి ఎంత ప్రయత్నించాడో ఎవరినన్నా అడుగు. ఈ పొలం కూడా నీకు ఎక్కడ లేకపోతుందో అని నేను నిలబడి నీ వాళ్ళందరికి విరోధం అయి కాపాడాను" అన్నాడు మేనమామ!

"ఆ మాట నిజమే నాయనా, నీకోసం అనేక నిందలు మోసారు" అన్నది మేనత్త.

"నేను కాదన్నానా అత్తా..." అన్నాడు సీతారామారావు.

"మరెందుకీ గోల అంతా! ఈ రోజు మొదలుకొని నీ పొలం నువ్వే చూచుకో" అన్నాడు మేనమామ.

"చాల్లెండి యిదొక బెదిరింపు! మీరు చూచిపెట్టకపోతే యిక చూచేవాళ్ళు లేరనా! ఏదో వూళ్ళోవాళ్ళు అడిగారని చెపితే యింత రభస! రా నాయనా- ఆయనతో మనకెందుకు? మానాయన వొచ్చిన తర్వాత ఒక్క గారె ముక్కయినా వొండలేదు. మధ్యాహ్నం చెయ్యాలి" అని సీతారామారావుని లోపలికి తీసుకువెళ్ళి తలంటు పీటమీద కూర్చోబెట్టి పప్పు నీళ్ళలో పోసింది.

ఆ రోజు అత్తవంటి ఉత్తమురాలు లేదు అనుకున్నాడు సీతారామారావు. కాని ఇప్పుడు ఆలోచించి చూస్తే అది అంతా కూడా కపట నాటకమే అనిపించింది. ఇద్దరూ కలిసే తన్ను మోసం చేశారు. రాత్రిళ్ళు ఎవ్వరు ఎట్లా మాట్లాడుకోవాలో కూడబలుక్కునేదీ, తెల్లవారి మాట్లాడేది! వెనక్కి చూచుకొని, ఇదంతా ఆలోచించుకొనేప్పటికి అతనికి రోషం వొచ్చింది. ప్రపంచంలో వున్న ప్రతివాడూ తన్ను మోసగిస్తూనే వున్నాడు. చదువుకోనివాడికి, తెలివితక్కువవాడికి, చవటకి- అందరికీ తను లోకువే అనుకున్నాడు. తన మేనమామకి ఘాటైన ఉత్తరం రాయాలని కలం కాగితం తీసుకున్నాడు. కాని, ఏమని రాసేట్లు? ఆయన ఉత్తరానికి జవాబేముంది?

తన మామ వెళ్ళి మేనమామతో మాట్లాడటం అతనికి మరీ మంటగా ఉంది. అయితే తనేం చెయ్యగలడు?

ఏమీ తోచక ఈ ప్రక్క బొమ్మ గీశాడు.

మా మా మేనమామల
కలయిక

అయిదో ప్రకరణం

అసమర్థుని ప్రతాపం

మేనమామ ఉత్తరం సీతారామారావు హృదయాన్ని అగ్నిగుండంగా మార్చింది. తనమీద తనకే ఏవగింపు కలిగించింది. గిల్లికజ్జా పెట్టుకోవటం మొదలుపెట్టాడు.

"ఏం అక్కడ నిలబడ్డావేం?" అని అడిగాడు సీతారామారావు, గడపలో నుంచున్న కూతుర్ని చూచి.

'స్నానానికి నీళ్ళు లేవు నాన్నా! అమ్మ రెండు కడవలు పొయ్యమంది" అంది పాప భయపడుతూ.

"లేకపోతే మానుకోమను."

"అమ్మ ఎప్పుడో స్నానం చేసింది నాన్నా... నీకు తోట్టానికి నీళ్ళు మసిలిపోతున్నయి..."

తన స్నానానికంటే తోడతాడనీ, మిగిలిన వాళ్ళకైతే తోడడనీ ఆ పిల్ల అనుకోవటం అతని కోపానికి కారణం అయింది. కాని ఏం అనగలడు?

"అన్నిటికీ నేనే దొరికానా?" అన్నాడు.

"శీనయ్య పొద్దున్న పోసిపోయాడు నాన్నా... అయిపోయినై.."

తన కోపం సకారణంగా బయటపట్టానికి అప్పటికి అతనికి అవకాశం దొరికింది. "మీకు కావలసినంతవరకూ తోడించుకున్నారన్నమాట. నాకు కావలసినై మాత్రం నేనే తోడుకోవాలన్నమాట! ఇంతేనా?" అని గుడ్లు ఉరుముతూ అడిగాడు.

"కాదు నాన్నా... ఇవ్వాళ అమ్మకి వొంట్లో బాగా లేదు... నీళ్ళు తోడలేకపోయింది. పంపేమో చెడిపోయి నాలుగు రోజులైంది."

"ఏడ్చావులే. మాట్లాడితే ఇదొక్కటి నేర్చుకున్నావు. అమ్మని వెనకవేసుకురావటం! దొరికింది నీకేగా ఒక అమ్మ..." అంటూ లేచాడు.

అతడు బావిలో నీళ్ళుతోడి రెండు కడవలూ రెండు చేతుల్లో పట్టుకొని వంట ఇంట్లోకి తీసుకువెళ్ళాడు. అక్కడ అతని భార్య పొయ్యిమీద వున్న అన్నం ఉడికిందో లేదో అని తెడ్డుతో నాలుగు మెతుకులు తీసి, వేళ్ళతోపట్టి చూస్తూ వుంది.

"ఎక్కడ పొయ్యను?" వగర్చుకుంటూ అడిగాడు.

"స్నానాలగదిలో దింపండి" అంది భార్య.

అక్కడనుంచి మళ్ళీ స్నానాలగదిలోకి వెళ్ళటం కష్టం అనిపించింది. బరువు పట్టుకొని నుంచోటంవల్ల గూళ్ళు నొప్పిపుడుతున్నై. సరాసరి స్నానాలగదిలోకి వెళ్తే అంత కష్టం అనిపించేది కాదు. "ఆ మాట ముందే ఏడవగూడదూ– తీరా ఇక్కడికి వొచ్చిం తర్వాత ఏడవకపోతే" అన్నాడు.

"పాప చెప్పింది అనుకున్నాను."

నిజమే. అప్పుడతనికి జ్ఞాపకం– వొచ్చింది పాప చెప్పినట్లు, తప్పు తనదే అని అంగీకరించాల్సి వొచ్చేటప్పటికి అతనికి ఆగ్రహం వొచ్చింది. "పాప చెప్పితే మళ్ళీ నువ్వు ఇంకొక్కసారి చెప్పగూడదూ. ఇంతలోకే అరిగిపోతావా! నోటి ముత్యాలు రాలిపోతయ్యా?" అంటూ గబగబా స్నానాల గదిలోకి కడవలు తీసుకువెళ్ళాడు. లోపలకు వెళ్తుంటే మండిగం తలకు తగిలింది. గంగాళంలో నీళ్ళు గుమ్మరించి బయటకు రాగానే కాకి తలమీద తన్నింది.

ఆ కాకి పక్కనున్న కొబ్బరిచెట్టుమీద గూడు కట్టుకుంది. ఆ గూడు ఎక్కడ తీసివేస్తారో అని దాని భయం.

కాని అది మాత్రం అందర్నీ తంతూ వుందా? తన భార్య ఎన్నిసార్లు అటూ ఇటూ తిరిగినా ఏమీ అనదు. పాపని ఏమీ అనదు. తనను మాత్రం వీలు చిక్కినప్పుడల్లా తన్నక ఊరుకోదు. మొన్న ఏనాదివాణ్ణి తన్నింది. తనను గురించి అది ఏమి అనుకుంటూ వుంది? తను ఎవరు అనుకుంటూ వుంది! పిట్టల్ని కాల్చుకు తింటానికి బల్లెంతో గూళ్ళు పొడిచేవాడు అనుకుంటూ వుందా? తనకు చొక్కాలేదని అప్పుడు జ్ఞాపకం వచ్చింది. అయినా తనకీ, ఏనాది వాడికీ చొక్కాయేనా భేదం? తన హృదయం తెలుసుకోలేకపోయినందుకు కాకిమీద అతనికి కోపం వచ్చింది. గూడు తీసివేసి దానిరోగం కుదుర్చుదాం అనుకున్నాడు గాని తనకు కొబ్బరిచెట్టు ఎక్కడం చేతగాదు.

కాకి మళ్ళీ తలమీద తన్నింది. అతనికి పట్టరాని కోపం వొచ్చింది భార్యమీద. "ఛీ! దరిద్రపు కొంప– ఈ కొంపలో బతకడమే కష్టంగా వుంది. ఒక్క క్షణం కూడా మనస్సుకి శాంతిలేకుండా పోయింది" అన్నాడు బిగ్గరగా– ఆమెకు వినబడేటట్టు

అంటూనే, మళ్ళీ కాకి ఎక్కడ తంతుందో అని అక్కడనుండి కదలి గబగబా సందులోకి వెళ్ళాడు.

కూతురు ఎదురుగా పరుగెత్తుకుంటూ వచ్చి అతన్ని చూచి బిక్కమొహంవేసి ఠక్కున ఆగిపోయింది. ఆ పిల్ల వెనక పక్క గుడిసెలో కాపరం చేస్తున్న ఎరికల్ది గలగలమంటూ వొచ్చింది... "చూడండి అయ్యోరూ, మా పిల్లని ఎట్లా బాదిందో! లేనోళ్ళం అని గూళ్ళిరగపొడుత్తారా? మేమూ మడుసులమే" అంది.

దాన్ని చూస్తే సీతారామారావుకి భయం వేసింది. దాని నోరు చెడ్డది. దాన్ని చూస్తే తనకే కాదు, ఆ వాడకట్టులో అందరికీ భయమే. ముందు నోరు పారేసుకుంటుంది. తర్వాత ఏమనుకుంటే ఏం లాభం? పైగా దానికి పెద్దా, చిన్నా తారతమ్యం లేదు.

ఇటువంటి వాళ్ళతో చిక్కులు తెచ్చిపెడుతున్నందుకు కూతురు మీద కోపం వొచ్చింది. "ఎందుకు కొట్టావు?" అని అడిగాడు.

కూతురు గడగడ వొణికిపోతూవుంది. నోట మాట లేదు.

"చెప్పు?" అని గద్దించాడు.

కూతురు కళ్ళప్పజెప్పి నుంచుంది. ఆ పిల్ల చూపులు చూస్తే అతను అడుగుతున్న ప్రశ్నలమీద మనస్సు ఉన్నట్టు లేదు. రాబోయే అపాయాన్ని ఊహించుకొని కొయ్యబారిపోతూ వుంది.

తన కూతురు దిగులు చూపులూ, నిస్సహాయత్వం చూస్తే అతని హృదయం కరిగింది, "నవ్వుతూ అన్నానమ్మా భయపడతావేం?" అని కావలించుకో బుద్ధి అయింది.

కాని ఏం చేసేటట్టు? ఎరికల్ది చూస్తూ అక్కడే నుంచుంది. దానికి ఏం చెప్పేటట్టు? దాన్ని శాంతపరచకపోతే ఇప్పుడే బజార్న పడుతుంది. ఏమేమి అంటుందో! ఇంత బతుకూ బతికి దాంతో పోట్లాట్టం? పోట్లాడాక మాటలు పడేది ఎట్లా?

"మాట్లాడవేం? ఎందుకు కొట్టావంటే - చెప్పవేం? చెపుతావా? చెప్పవా?" అని దెబ్బ వేశాడు. ఆ దెబ్బకి హడలిపోయింది కూతురు. కాని పెదవి విప్పలేదు. అలాగే చూస్తూ నుంచుంది.

తను కొట్టాడు. కాని ఆ పిల్ల ఏడవలేదు. ఎందుకు ఏడవదు? కొట్టకు నాన్నా! అని ఎందుకు ఏడవదు? అతనికి ఈసారి నిజంగానే కోపం వొచ్చింది. అతనిలోవున్న

పశుత్వం విజృంభించింది. చెప్పు,చెప్పు చెపుతావా, లేదా? - వాళ్ళ జోలికి వెళ్ళకుండా ఉంటావా, ఉంటావా, ఉంటావా?" అని దెబ్బ, దెబ్బమీద దెబ్బ వేశాడు.

ఆ దెబ్బలు కూతురు భరించలేకపోయింది. మాటలు పెకలించింది - "ముందు నన్నే కొట్టింది నాన్నా!"

ఆ మాటకు అతడు త్రుళ్ళిపడ్డాడు. తను అనవసరంగా కొట్టాడా ఇన్ని దెబ్బలూ తను అనవసరంగా వేశాడా? తను కొట్టటం తప్పా? అయితే ఆ మాట ముందే ఎందుకు చెప్పదు? ముందుకు చెప్పక తన్నీ పశుకృత్యంలోకి దింపినందుకు కూతురుమీద కోపం వచ్చింది.

"ఆ మాట ముందే ఎందుకు చెప్పలేదు? అడగ్గానే ఎందుకు చెప్పలేదు?" అని మళ్ళీ కొట్టాడు.

ఎరకల్ది అక్కడే నుంచుని చూస్తూ వుంది. దానికి తప్పు తన మీదకు వొస్తుందేమో అని అనుమానం కలిగింది. "అమ్మో, ఏలెడు లేవే. ఎన్ని అబద్ధాలాడుతావమ్మా! నేను చూస్తుండలా? జుట్టు పట్టుకొని వంగదీసి దబదబా గుద్దితివే? నే వొచ్చేతలికి వుడాయించుకొస్తివే?" అంది.

"కాదు నాన్నా, నేను బజార్న వొస్తున్నా- అది మన దొడ్లో సపోటకాయలు ఎత్తుకుపోతోంది. నేను అడ్డం వెళ్ళా... కొట్టింది..." అన్నది కూతురు.

"దొంగతనాలుకూడా కడుతున్నావా, అమ్మా! ఇన్నాళ్ళూ మీ కూడు తినే మేం బతుకున్నాం అమ్మా? లేకపోతే మాకు కూడు ఎక్కడిది?" ఎత్తుకుంది ఎరుకల్ది.

అతనికి భయం వేసింది. దాని నోటికి అడ్డూ, ఆపూ లేదు, ఏం చెయ్యటం? దాన్ని ఎలా ఆపడం?

"కొడితే మాత్రం మళ్ళీ కొడతావా?" అని మళ్ళీ కొట్టాడు కూతుర్ని. ఎరికల్ది ఇంకా అక్కడే నుంచుంది. ఇప్పట్లో కదిలేటట్టు లేదు. ఇంకా తన కూతుర్ని కొట్టించాలని దాని కోర్కె కాబోలు? వెంటనే అతనికి ఎరికలదానిమీద కోపం వచ్చింది. తన కూతుర్ని అన్యాయంగా తనచేత కొట్టించినందుకు కడుపు మండింది. "ఇంకా నుంచున్నావేం! కొట్టాగా- ఇక వెళ్ళు" అన్నాడు.

"అయ్యో పిల్లని నే కొట్టమన్నానా? నా పిల్లని కొట్టిందని చెప్పాను. అయ్యో రాత... మాకేం పని ఈడకు రాటానికి- మా పిల్లని కొడితే సెబుదామని వొచ్చా..." గింజుకుంటూ మళ్ళింది ఎరికల్ది.

ఇంకా అక్కడేవుంటే దాని నోటివెంట వొచ్చే మాటలు ఎక్కడ వినాల్సి వొస్తుందో అని అతడు ఇంట్లోకి వెళ్ళాడు.

వెళ్ళేవాణ్ణి గుమ్మందగ్గర పట్టుకొని కాకి మళ్ళీ తన్నింది.

2

కోపం తగ్గగానే కూతుర్ని కొట్టినందుకు అతనికి పశ్చాత్తాపం కలిగింది. ఆ దృశ్యం ఊహించుకుంటే అతని గుండెలు చెదిరినయ్. ఆ పిల్ల ఏమీ చెయ్యలేక నిశ్చేష్టురాలయి నిలబట్టం, తాను దెబ్బమీద దెబ్బ వెయ్యటం, ఆ పిల్ల గుడ్లనీరు కుక్కుకుని కిక్కురుమనకుండా నిలబట్టం– అతనికి ఘోరంగా కనిపించింది. తనమీద తనకే అసహ్యం వేసింది. పిల్లి ఎలుకను చెరపట్టినట్లుంది. తనకూతురు తప్పేం వుంది? ఎరికల దానికి భయపడి కూతుర్ని కొడతాడా? తను ఏం చేసినా పడివుండటమేగా దీనికి కారణం? ఎదురు తిరగలేదనేగా తానలా ప్రవర్తించటం!

అతనికి జాలివేసింది. కూతుర్ని హృదయానికి హత్తుకోవాలనిపించింది. తను అకారణంగా పెట్టిన బాధకు తగిన పరిహారం చెయ్యాలనుకున్నాడు. కూతుర్ని పిలిచాడు. ఆ పిల్ల నెమ్మదిగా కళ్ళు తుడుచుకుంటూ భయం భయంగా వొచ్చింది. కళ్ళు ఎర్రబడి వున్నాయి. తల్లితో చెప్పుకొని ఏడుస్తూ వుందని గ్రహించాడు. సీతారామారావు పక్కలో పడుకోపెట్టుకున్నాడు.

"ఏవమ్మా, అడగ్గానే ఎందుకు చెప్పలా?" అని అడిగాడు.

ఆ పిల్ల మాట్లాడలేదు. కళ్ళల్లో నీళ్ళు గిర్రున తిరిగినయ్.

"చెప్పమ్మా, ఏమీ చెయ్యను చెప్పు" అని ప్రేమపూర్వకంగా అడిగాడు.

"నువ్వు కొడతావని భయంవేసింది. నాన్నా..." అంది కళ్ళు తుడుచుకుంటూ.

అతనికి ఏమీ తోచలేదు. పిల్లలను ఇలా భయపెట్టి తాను యెందుకు బతకవలసి వచ్చిందో అతనికి అర్థం కాలేదు. తాను తన పిల్లలకే కంటకం అయిపోతున్నాడు.

"పోనీ, నాతో చెప్పకపోయావా? మళ్ళీ కొట్టటం ఎందుకమ్మా?" అన్నాడు. తండ్రి మంచితనం చూచి ఆ పిల్లకి కొంచెం ధైర్యం వొచ్చింది. తండ్రి మొహం చూస్తూ, "మొన్న చెపితే, 'నాతో చెప్పటం ఎందుకు? కొడితే మళ్ళీ కొట్టు' అని చెపితివిగా నాన్నా!" అంది.

నిజమే. అతనికి పిల్లల కష్టాల్లో జోక్యం కలిగించుకోవటం చాలా అయిష్టం. కిందా మీదా పడుతుంటారు. ఆ విషయం పెద్దవాళ్ళు పట్టించుకోవటం తప్పు అనుకునేవాడు. పిల్లవాళ్ళు వాళ్ళ కాళ్ళమీద వాళ్ళు నిలబడటం నేర్చుకోవాలి. అప్పుడుగాని పెద్దవాళ్ళయిం తరువాత జీవిత సమస్యలనెదుర్కొనే ధైర్యం

వాళ్ళకుండదు. చిన్నప్పటినుంచీ పెద్దవాళ్ళమీద ఆధారపడటం నేర్పితే పెద్దవాళ్ళయిం తరువాత స్వంతంగా ఆలోచించి పనులు చేసుకొనే శక్తి వుండదు.

అందుకని, ఎవ్వరైనా కొడితే మళ్ళీ కొట్టమని సలహా చెప్పాడు. దాని పర్యవసానం ఏమిటి? కొడితే మళ్ళీ కొట్టమని మొన్న కూతురికి సలహా ఇచ్చాడు. ఇవ్వాళ తన సలహా అనుసరించినందుకు దండించాడు.

అతని కళ్ళల్లో నీళ్ళు తిరిగినయ్.

అతనికి ఏమీ అర్థం కాలేదు. ఒక క్షణం ఒకటి మంచిదనీ ఇంకొకప్పుడు ఇంకొకటి మంచిదనీ అనిపిస్తుంది. ఒక క్షణంలో తాను చెప్పిందానికే మరుక్షణం విరుద్ధంగా ప్రవర్తిస్తూ వుంటాడు.

మొదట్లో పిల్లల్ని కొట్టడం తప్పనుకున్నాడు. ఘోర పాపం అనుకున్నాడు. కొంతమంది తల్లిదండ్రులు పిల్లల్ని ఎట్లా కొట్టగలుగుతారో అతనికి ఆశ్చర్యం వేసింది. "పసిపిల్లలకు ఏం తెలుస్తుంది? ఒట్టి అమాయకులు, వాళ్ళను కొట్టి ఏం ప్రయోజనం? హృదయం వున్నవాడెవడూ ఆ పని చెయ్యలేడు అనుకునేవాడు. ఇటీవల పిల్లల్ని కొట్టవలసిందే అనుకుంటున్నాడు. ఇందుకు తన ప్రవృత్తిని సమర్థించుకోటానికి కారణాలు కూడా పోగుజేశాడు– "పిల్లలు మాటలకు లొంగరు. వాళ్ళను సక్రమ పద్ధతుల్లో పెంచాలంటే భయపెట్టాలి. భయపెట్టటానికి ఒకటే మార్గం. దండం వుపయోగించని తల్లిదండ్రులు పిల్లలకు అపకారం చేసిన వాళ్ళవుతున్నారు. వాళ్ళ ఇష్టం వచ్చినట్టు పెరగనిస్తే ఎందుకూ పనికి రాకుండా పోతారు. గాలివాళ్ళవుతారు. చెట్టు వంకలు మొక్కగా వున్నప్పుడే తియ్యగలం గాని ముదిరితే లాభం లేదు" అనిపిస్తూ వుంది అతనికి.

పెద్దల అభిప్రాయాలు కూడా ఇలాగే వున్నట్టు వున్నయ్. సోషలిజం కావాలనే నాయకులు తమ ప్రత్యర్థుల్ని బాధపెట్టి, హింసించి, చంపి తమ సిద్ధాంతాలను ఆచరణలో పెడుతున్నారు. చెడ్డవాళ్ళ విషయంలో ఇది తప్పు లేనప్పుడు పిల్లలను హింసించడం తప్పేమి ఉంది? ఈ సిద్ధాంతం ప్రకారం ప్రతి బలహీనుణ్ణి బలవంతుడు దండించవచ్చు. భార్యని భర్త దండించవచ్చు. జ్ఞాని అజ్ఞానిని దండించవచ్చు. కాని ఈ దండన వాళ్ళ మంచికే జరగాలని ఎక్కడుంది? తమ స్వార్థంకోసం జరిగితే వాళ్ళేం చెయ్యగలరు? ఇప్పుడు తన కూతురు ఏం చెయ్యగలిగింది.

"పాపా!" పలకరించాడు.

"ఎందుకు నాన్నా?"

"కదులుతున్నావేమమ్మా?"

"చెయ్యి నొప్పిగా వుంది నాన్నా" అని చెప్పింది కూతురు. ఆ చేతిమీదే అతను దెబ్బలు వేసింది.

అతడు కొంచెంసేపు మాట్లాడలేకపోయాడు. నెమ్మదిగా చెయ్యి సవరదీస్తూ ఇలా అన్నాడు. "చూడమ్మా... చిల్లరవాళ్ళు తగనివాళ్ళు. వాళ్ళ నోళ్ళు మంచివి కావు. మనకు తగ్గవాళ్ళతో ఆడుకోవాలి గాని, వాళ్ళతో తిరగకూడదమ్మా! చెడ్డ అలవాట్లు పట్టుపడతయ్. మనం ఏమన్నా వాళ్ళకు లెక్క ఉండదు. వాళ్ళేమన్నా మనం పీక్కు చావవలసి వొస్తుంది. వాళ్ళతో తిరక్కు..."

"తిరగను నాన్నా"

కాని తనమాటలు ముగించాడో లేదో, అతనికి వెంటనే ఒక విషయం జ్ఞాపకం వొచ్చింది. మొన్న భార్య అల్లరి చిల్లరివాళ్ళతో తిరగవద్దని కూతుర్ని మందలిస్తుంటే తాను, "తిరిగితే నేం? వాళ్ళు మాత్రం మనుష్యులు కాదూ? అందరితోనూ తిరగవలసిందే! అన్నీ తెలుసుకోవలసిందే! చిన్నప్పుడే అనుభవం సంపాదించటం, రకరకాల మనస్తత్వాలు తెలుసుకోవటం చాలా మంచిది" అన్నాడు.

ఇందులో ఏది తన అభిప్రాయం? తన కూతురు ఏవిధంగా ప్రవర్తించటం మంచిది? "ఉష్, భగవంతుడా?" అని వేడి ఎక్కిన కణతలు వొత్తుకున్నాడు.

అతనికి ఆలోచించిన కొద్దీ జాలికీ, కోపానికీ చాలా దగ్గర సంబంధం వున్నట్టు కనిపించింది. తన హృదయం మెత్తనిదవటమే తన బాధకూ, ప్రవర్తనకూ కారణం అనుకున్నాడు. శిలాహృదయులు వుంటారు. వాళ్ళకు కోపతాపాలూ వుండవు, సంతోష వికారాలూ వుండవు. వాళ్ళ కసలు ఆవేశాలూ, ఉద్రేకాలూ వుండవు. అన్ని పనులూ ఒకేరకంగా చేసుకుంటూ పోతారు.

తను వేరు. ప్రతి ఆవేశానికీ వశుడౌతాడు. ఈ ఆవేశం పైకి ఎన్ని సార్లో కనిపించినా, పునాది ఒకటే– తనది మెత్తని హృదయం. జాలిపడే గుణం. ఇతరుల కష్టాలను చూచి ఓర్వలేకపోవటమే తన జాడ్యానికి మూలకారణం.

తన కూతురు ఆడుకుంటూ పడి ఏడుస్తూ వుంటుంది. ఆ ఏడుపు సహించ లేడు. ఏడుస్తూవున్న ఆ పిల్ల మొహం చూడ లేడు. లోపల రంపాలు పెట్టి కోస్తున్నట్టు బాధ పడుతుంది. కోపం వస్తుంది. ఏడుపు మానేవరకూ కొడతాడు.

కొట్టటానికి కారణం ఏమిటి? ఏడుపు సహించలేని తన మెత్తని హృదయమా? కాఠిన్యమా? తను కొట్టడమే, చూసేవాడికి తన కఠినమే కనిపిస్తుంది. దాని వెనుకవున్న జాలీ, బాధా కనుపించవు.

తన భార్య రాత్రింబగళ్ళు పని చేస్తుంది. జబ్బు తెచ్చుకుంటుంది. చేతులారా తెచ్చుకున్నావని చెడామడా తిడతాడు. ఆ తిట్టటమే విన్నవాళ్ళు "ఎంత కఠినుడు" అనుకుంటారు. కాని తనకి అంత కోపం రావటానికి కారణం ఏమిటి? తన మెత్తని హృదయమే.

తనకు మెత్తని హృదయం ఉంటం, ఇతరుల కష్టాలు ఓర్వలేకపోవటం– ఇదే తప్పయిపోయింది. తన మంచితనమే తనకు శత్రువైంది. తన కుటుంబానికి శత్రువైంది. అతనికి వెంటనే మరొక ప్రశ్న తట్టింది – "మెత్తని హృదయం అంటే ఏమిటి?"

"నరాల బలహీనత" అని ఒక స్నేహితుడు చెప్పాడు. నరాల్లో పటుత్వం తప్పితే బయట జరిగే ప్రతి చిన్న విషయానికి మానవుడు చలిస్తూ వుంటాడు. దీన్నే మనవాళ్ళు హృదయం అన్నారు. "నరాలు ఎంత బలహీనపడితే అంత మృదుల హృదయం అవుతుంది" అన్నారు.

ఈ మాటలు అతనికి ఆశ్చర్యం కలిగించినయ్. కొంతమంది తమ కళ్ళ ఎదుట ఏ అన్యాయం జరిగినా జొటజొట కన్నీరు కారుస్తారు. దీనికి కారణం వాళ్ళ నరాల బలహీనతేనా? మంచితనం కాదూ? మరి తను ప్రతి చిన్న విషయానికీ ఎంతో బాధపడతాడే! మదనపడతాడే! రాత్రింబగళ్ళు నిద్రాహారాలు లేకుండా ఘర్షణపడతాడే! ఈ బాధ, ఈ యాతన, ఈ కోత– ఇదీ నరాల బలహీనతవల్లేనా? తన మెత్తని హృదయంవల్ల కాదూ? పోనీ–పరిస్థితులకు మించిన తెలివితేటలు వుండటంవల్లయినా కాదూ!

అతనికి కోపం వచ్చింది. "నా నరాలు ఎందుకు పటుత్వం తప్పినయ్?" అని కసిగా ప్రశ్నించుకున్నాడు.

"ఆలోచనలవల్ల."

"నాకిన్ని ఆలోచనలు ఎందుకు రావాలి?"

"ఏపనీ చెయ్యకుండా కూర్చోవటంవల్ల."

"నాకు ఎందుకు చెయ్యబుద్ధి పుట్టటం లేదు?"

"పరిస్థితులవల్ల."

"ఇక నా బాధ్యత ఏమిటి?" అని కఠినంగా ప్రశ్నించుకున్నాడు.

"పరిస్థితులు మార్చుకో."

"ఎలా మార్చను? పరిస్థితుల్ని మార్చుకోవాలంటే ముందు మార్చుకోవాలనే బుద్ధి కలగాలి. అలా బుద్ధి కలగాలంటే పరిస్థితులు మారాలి– నేనేం చెయ్యను? దీనికి దారి ఏదీ? ఎట్లా బయటపడాలి? ఈ పద్మవ్యూహాన్ని ఛేదించటం ఎట్లా?..."

అతనికి ప్రపంచం ఏకమై తన్ను హింసిస్తున్నట్లు అనిపించింది. ప్రపంచ భారమంతా తనొక్కడే మోస్తున్నట్లు అనిపించింది. భావాల బరువుతో పాతాళానికి కుంగిపోతున్నాడు. తన్ను రక్షించే వాళ్ళే లేరు. తన మొర ఆలకించేవాళ్లే లేరు. తన్ను అర్థం చేసుకునే వాళ్ళే లేరు. అతనికి దుఃఖం వొచ్చింది. తన భార్య అంకంలో తలపెట్టి పసిపిల్లవాడికి మల్లే ఏడవాలనిపించింది. తన భార్యతో తన బాధ, ఆరాటం, కష్టసుఖాలూ – అన్నీ వెళ్ళబోసుకోవాలనిపించింది. తన ప్రవర్తనకు క్షమాపణ కోరుకోవాలనిపించింది. "నాకూ బాగా బతకాలనే ఉంది, నిన్ను సుఖపెట్టాలనే ఉంది. కాని చేతకావటం లేదు" అని చెప్పుకోవాలనిపించింది. తన హృదయం విప్పి ఆమె ముందు పెడితే శాంతి లభిస్తుందనే ఆశ కలిగింది. ఆ ఆశతో కొంత బలం వొచ్చింది.

"పాపా?" పిలిచాడు.

"ఏం నాన్నా?"

"నొప్పిగా ఉందా అమ్మా?"

"తగ్గింది నాన్నా"

"ఇంత దెబ్బ తగుల్తుందనుకో లేదమ్మా. ఏదో కోపం వచ్చి..."

"పోనీలే నాన్నా"

"కొంచెం లేవగలవా అమ్మా"

"ఎందుకు లేవలేను నాన్నా?"

"అమ్మతో అన్నం వడ్డించమని చెపుతావా అమ్మా?"

"ఎందుకు చెప్పను నాన్నా?"

3

భోజనం దగ్గర కూర్చొని తన భార్యమీద తనకున్న ప్రేమను బహిర్గతం చెయ్యాలని ప్రయత్నించాడు. కాని ఎలా మొదలుపెట్టాలో అతనికి తెలియలేదు. ఆమె యధాప్రకారం ఎక్కువ మాట్లాడకుండా వడ్డించుకుపోతూవుంది. "ఇవ్వాళ బీరకాయకూర బాగుం"దన్నాడు తల వొంచుకుని భోజనం చేస్తూ.

ఆమె మాట్లాడలేదు. ఆమె అటూ ఇటూ తిరగటం అతను గమనిస్తూనే వున్నాడు.

"కొత్తరకంగా వండినట్టు వున్నావే?" అన్నాడు.

ఆమె మాట్లాడలేదు.

"రోజూ ఇలా వొండగూడదూ?" అన్నాడు.

ఆమె మాట్లాడలేదు.

"మాట్లాడవే" అన్నాడు.

"రోజూ వండినట్టే వొండాను" అంది.

అతనికి కష్టం వేసింది. అంత ముక్తసరిగా మాట్లాడకపోతే కొంచెం నవ్వుతూ మాట్లాడితే తన సొమ్మేం పోయిందో! కూరలు బాగున్నాయి అన్నా గదా, కొంచెం సంతోషించగూడదూ? దీని దగ్గర వున్న రోగమే ఇది. ప్రతి దానికీ తనకేమీ సంబంధం లేనట్టు ప్రవర్తిస్తుంది.

"ఇవ్వాళ ఇస్త్రీ చీర కట్టావే!" అన్నాడు చిరునవ్వు నవ్వుతూ. ఆమె మాట్లాడలేదు. పైగా మొహం చిట్లించుకున్నట్లు అనుమానం కలిగింది. మొహం చిట్లించుకున్న వాళ్ళని చూస్తే తనకు కంపరం అని ఆమెకు తెలుసు. తెలిసి కూడా అట్లాగే వుంటుంది. చెయ్యాలని చేస్తుందేమో! అప్పటికి సంభాళించుకొని "వంట్లో బాగాలేదా ఏమిటి?" అని అడిగాడు.

"బాగాలేకేం? బాగానే వుంది" అంది.

"మరి అట్లా వున్నావేం?...." అతనికి విసుగు పుడుతూ ఉంది.

"ఎట్లా వున్నాను?"

అతనికి కోపం వస్తూంది. ఆమె ఎప్పుడూ ఇంతే. తాను ఎంత మంచిగా ఉందామన్నా పడనివ్వదు. తాను ఎంత దగ్గరగా రావటానికి ప్రయత్నిస్తూ వుంటే అంతదూరం అవుతూవుంటుంది. తను ఎంత బాగా వుందాం అనుకున్నాడు! మాట్లాడటానికి అవకాశమే ఇవ్వదు. పైగా కడివెడు చన్నీళ్ళు అమాంతంగా నెత్తిమీద గుమ్మరిస్తుంది. ఇప్పుడు తను చేసిన తప్పేముంది? ఎందుకట్లా చిట్లించుకుంటుంది? ఎందుకు అట్లా పెడసరంగా మాట్లాడుతుంది?

"సుస్తీగా వున్నట్టుంటేనూ...."

"నాకేం సుస్తీ? బాగానే వున్నాను, మామూలుగానే వున్నాను" అంది. అతనికి కోపం వచ్చింది. ఈ ఆడవాళ్ళతో మంచిగా వుండటానికి ప్రయత్నిస్తే లోకువ

అవటంకంటే ఏమీ జరగదు అనుకున్నాడు. మొదట అలుసు ఇచ్చినందుకు ఇప్పుడు అనుభవిస్తున్నాడు చాలు. మొదట్లో స్వాతంత్ర్యం, సమానత్వం అనుకొని నెత్తిని ఎక్కించుకోకపోతే ఇట్లా తయారయ్యేదా? అందరికి మల్లేనే ఉండేది. ఎట్లా నడవమంటే అట్లా నడుస్తూ వుండేది. ఏం చెయ్యమంటే అది చేస్తూ వుండేది. మాట వినకపోతే మక్కెలు విరగదన్నే పని.

"కొంచెం బీరకాయకూర వొడ్డిస్తాను" అంది.

"అక్కర్లేదు"

"బాగుందంటిరిగా!"

"బాగుందని పొట్ట చెక్కలయ్యేటట్టు తినాలా? అది మాకు చేతగాదు. మీ నాన్న చేసే పని– నువ్వు చేసే పని" అని కోపంగా అన్నాడు.

ఆమెకు ఏమీ అర్థం కాలేదు. కాని, అనవసరంగా తన తండ్రి మాట ఎత్తితే కష్టం వేసింది– "ఇప్పుడు ఆయన సంగతి ఎందుకులెండి" అంది.

"నా ఇష్టం. నాఇష్టం వచ్చినప్పుడల్లా ఎత్తుతాను. నువ్వెవ్వరవు అడ్డు పెట్టటానికి?" అన్నాడు మరింత కోపంగా.

ఆమెకు అతని కోపకారణం తెలియలేదు. తనేం చేసింది? తను కంటపట్టమే తప్పయిపోయింది.. తన బతుకే దుర్భరం అయింది. అతనికి కోపం వచ్చినప్పుడు ఎదుటలేకుండా వెళ్ళటం ఆమెకు అలవాటు, ఇప్పుడూ అట్లాగే వెళ్ళిపోయింది.

"ఇక్కడ నుంచోటమే నీకు కష్టమయిందా? ఇంత అన్నం నా మొహానవేస్తే అయిపోయిందా? నాకు అన్నం వొద్దు నేను తినను" అని బిగ్గరగా అరచి పళ్లెం గభాలున నెట్టివేసి లేచాడు.

ఆమె నిర్విణ్ణురాలయి నిలబడింది.

"యేం అట్లా చూస్తావేం? నేను దయ్యాన్నా? భూతాన్నా? రాక్షసినా?" అని అరిచాడు.

ఆమె మాట్లాడలేదు.

"మాట్లాడవేం?" అన్నాడు.

"ఏముంది మాట్లాడటానికి?"

అతనికి మండింది. శివం ఎక్కింది. "ఏముందా? ఏమీ లేదూ! నాతో మాట్లాట్టానికి ఏమీ లేదూ? లేకపోతే సరే. ఈ మాటే జ్ఞాపకముంచుకో" అని పరవళ్ళుతొక్కి గబగబా వెళ్లిపోయాడు.

ఆమె అక్కడే చతికిలపడింది.

అతనికి అంతా అయోమయం అయింది. తను ఎందుకు వెళ్ళాడు? ఏం చేసుకొచ్చాడు? ఏమనుకున్నాడు? ఏం చేశాడు? తన భార్యతో మంచిగా ఉందాం అనుకున్నాడు. తన కష్టసుఖాలన్నీ చెప్పుకుందాం అనుకున్నాడు. ఈ విశ్వ ప్రపంచంలో ఒక్కర్నయినా తన వైపుకి తిప్పుకుందాం అనుకున్నాడు. ఆ పని చెయ్యలేకపోగా పోట్లాడి వచ్చాడు. ఎక్కడ జరిగిందీ పొరపాటు? ఎవర్లో ఉంది తప్పు? అలాగే ఆలోచిస్తూ పడుకున్నాడు...

గోడమీద బల్లి పాకుతూ వుంది. లేచి దాని కెదురుగా నిలబడి అడిగాడు!

"నీకు సుఖంగా ఉందా?"

బల్లి ఆగింది.

"నాకు లేదు" అని బల్లికి చెప్పాడు.

బల్లి కదిలింది.

"నీకు కోపం వస్తుందా?"

బల్లి ఆగింది.

"నాకు వొస్తుంది" అని బల్లికి చెప్పాడు.

బల్లి కదిలింది.

"బల్లీ!" అన్నాడు.

బల్లి ఆగింది.

"నీకు బాధలున్నాయా?"

బల్లి కదిలింది.

"నాకున్నాయ్" అని బల్లితో చెప్పాడు.

బల్లి ఆగింది.

"నీకూ నాకు సంబంధం వుందోయ్ బల్లి. ఒకప్పుడు నేనూ నీకు మల్లే హాయిగా పురుగుల్ని పట్టుకొని కాలక్షేపము చేశా. ఇప్పటికీ గతి పట్టింది. కానీ నీలో – నేనున్నా, నాలో నువ్వున్నావు."

బల్లి కదిలింది.

"బల్లీ?"

బల్లి ఆగలేదు.

"సోదరీ!"

బల్లి పరుగెత్తింది.

వెంటనే సీతారామారావుకి భయం వేసింది.

ఆకలి వేస్తూంది. తన భార్య వొచ్చి బతిమాలుతుందనే ఆశ వుంది. కాని ఎంతసేపు చూచినా రాలేదు. ఆకలిగా ఉంది. ఎవ్వరూ పిలవకుండా ఎట్లా వెళ్ళేటట్టు? తనంత తాను తిననని వొచ్చే!, మళ్ళీ వెళ్ళి ఎట్లా అడిగేటట్టు? తనే వెళ్ళి అడిగితే! తన భార్య ఏమనుకుంటుంది? ఎందుకు ఈ విషమ పరిస్థితిని తెచ్చి పెట్టుకున్నట్టు?

ఇదివరకైతే ఇంత నిర్లక్ష్యంగా ఊరుకునేదా? వొచ్చి బతిమాలేది. "మీరు తినకపోతే నేనూ తినను" అనేది. కళ్ళవెంట నీళ్లు పెట్టుకునేది. అన్నం తినిపించేది కూడా. ఇప్పుడు పూర్తిగా మారిపోయింది. ఏం చేస్తూ వుందో!

తను తింటం లేదు గద!

మంచినీళ్ళకోసం వెళ్ళినట్టు వెళ్ళాడు వంట ఇంట్లోకి. తను నెట్టివేసిన పళ్ళెం అట్లాగే వుంది! గది అంతా అట్లాగే వుంది. తన భార్య గడపలో కూర్చొని వుంది. ఆమె భోజనం చేయలేదు. భోజనం చెయ్యనందుకు ఆమె మీద కోపం వొచ్చింది. తనమీద కసితీర్చుకోటానికే భోజనం చెయ్యలేదు. నిండు నెలలు గదా! ఆరోగ్యం సంగతి ఆమాత్రం తెలియక్కర్లా! అవున్లే. తెలిస్తే ఆడది ఎట్లా అయ్యేది? మొగాడిగానే పుట్టేది.

గబగబా వెళ్ళి గ్లాసుతో మంచినీళ్ళు ముంచుకొని తాగాడు. గ్లాసు నేలకేసికొట్టి "మంచినీళ్లివ్వటం కష్టం అయిందా? మంచినీళ్ళక్కూడా నేను లేచి వంటయింట్లోకి వొచ్చి గ్లాసు తీసుకొని కుండలో నీళ్ళు ముంచుకుని తాగి మళ్ళీ ఎక్కడ గ్లాసు అక్కడపెట్టి వెళ్ళాలన్నమాట!" అన్నాడు.

ఆమె ఒక నిట్టూర్పు విడిచి, లేచి పాత్రలు సర్దటం మొదలుపెట్టింది. అతని కోపం ఎక్కువ అయింది.

"అయితే, నేను అన్నం తినకపోయినా ఫరవాలేదన్నమాట?" అన్నాడు.

"............"

"నేను తినకపోవటమే నీకు మంచిది."

"............"

"అసలు నేను సుఖపడాలని నీకు ఉంటేగా!"

"............"

"నేను ఛస్తే నీకు మరీ మంచిది. ఖర్చు తప్పుతుంది. కష్టం ఉండదు. పిల్లల్ని పెట్టుకొని హాయిగా వుండొచ్చు. అనే వాళ్ళుండరు."

ఈ మాటక్కూడా ఆమె జవాబు చెప్పకపోయేటప్పటికి అతను కస్సున రేగాడు–

"నేను అన్నం తినను."

"............"

"తిననంటే తినను."

"............"

ఆమె మెదలకుండా పాత్రలు సర్దుతూ వుంది. అతని మాటలు ఆమెకు తగుల్తున్నట్టు లేదు. ఆమె వైఖరి చూస్తే అతనికి భయం వేసింది. ఆమె ఏమనుకుంటుందో తెలియక ఆరాటపడ్డాడు.

"అప్పుడే సర్దుతున్నావేం తిని ఒక్కసారే సర్దుకోరాదూ!"

"............"

"ఇది పాతివ్రత్యంలో ఒక భాగమా ఏమిటి?"

"............"

"ఇంకేం. నేను వెళ్తాలే చాటుగా తిను."

"............"

"అవున్లే అన్నం తింటే నేను నిన్ను కష్టపెడుతున్నట్టు అందరికీ తెలిసేది ఎట్లా?"

ఆమె వడ్డన సామాగ్రి సర్దుతూ వుంది. ఆమె జవాబు చెపితే, లోపల వున్న కుళ్ళు అంతా బయటకు వెళ్ళగక్కడానికి అతనికి అవకాశం వుండేది. అతని కసి తీరేది. అలా జరక్కపోయేటప్పటికి కసి తీర్చుకోటానికి వీల్లేక నిప్పురవ్వలు వెదజల్లుతూ, లోపలే గుండ్రంగా తిరుగుతూ కాల్చటం మొదలుపెట్టింది కోపం.

కాని ఆమెను ఏం చెయ్యాలో, ఎలా కదిలించాలో దారి దొరకలేదు. ఆమెను అన్ని పాత్రలూ సర్దనిచ్చాడు. అలాగే చూస్తూ నుంచున్నాడు. అన్నీ సర్దిం తర్వాత "నేను అన్నం తింటాను" అన్నాడు.

ఆమె మాట్లాడలేదు.

"నీకే చెప్పేది" అన్నాడు.

ఆమె మెదలకుండా నుంచుంది.

"వొడ్డించవా?" అని అడిగాడు. "అవున్లే. నువ్వు నాకు ఎందుకు వొడ్డిస్తావు?" అన్నాడు.

ఆమె కదల్లేదు.

ఆ క్షణం అతని కోపం పటాపంచలైంది. తనమీద తనకే జాలి కలిగింది. తను అడుగుతున్నాడు. ఆమె మాట్లాట్టం లేదు.

తనకు కోపం రావటం లేదు. అభిమానం చచ్చిపోయింది. మాట్లాడనప్పుడు వెళ్ళిపోగూడదూ? పోనీ ఒక పూట అన్నం తినకపోతే నేం? బజారు వెళ్ళి కాఫీ తాగవచ్చు. ఆకలి తీర్చుకోటానికి భార్య చేతి అన్నం ఒకటే మార్గం కాదు కదా? అతని మనస్సు ఒక ప్రక్క ఇట్లా ఆలోచిస్తూనే వుంది. అతనికి మాత్రం అక్కడనుంచి కదలబుద్ధి అవటం లేదు.

"ఆకలి అవుతూ వుంది. నన్ను చూస్తే నీకు జాలివెయ్యటం లేదూ?" అన్నాడు. అప్రయత్నంగా కళ్ళల్లో నీళ్లు తిరిగినై.

ఆమె మాత్రం మాట్లాడలేదు. అతని కోపం, కరుణ, ప్రేమ, శోకం అన్నీ ఆమెకు ఒకేరకంగా కనిపిస్తున్నాయి. రూపం మార్పేగాని వీటన్నిటికీ పునాది ఒకటేనని ఆమె గ్రహించి వుంటుంది. అందుకని అతని ఉద్రేకాలకు విలువ ఇవ్వకపోవటం ఆమెకు అలవాటైనట్టు ఉంది. లేకపోతే అతనితో ఆమె కాపరం చెయ్యగలిగేదే కాదు.

"వడ్డించవ్!" అన్నాడు సీతారామారావు. కంఠం వొణికింది.

ఆమె మళ్ళీ వడ్డించటం మొదలుపెట్టింది.

"కాళ్ళకి నీళ్ళిస్తావా? నన్నే ముంచుకోమంటావా?" అడిగాడు.

ఆమె చెంబుకోసం వెళ్తూ వుంది.

"నేనే ముంచుకుంటాలే. నీకెందుకా శ్రమ!" అని ఆమెకంటే ముందు వెళ్ళి చెంబు తీసుకొని, గంగాళంలో నీళ్ళు ముంచుకొని కాళ్ళు కడుక్కొనివచ్చి కూర్చున్నాడు.

ఆమె అన్నం వొడ్డించింది. అతను ఇటు తోసి, అటు తోసి నాలుగు ముద్దలు తిని లేచాడు. అతనికి మళ్ళీ కోపం వస్తూ వుంది. ఆమెకు తను లోబడ్డాడు. ఆమే జయించింది. తను లోబడినట్లు కనపడకుండా పరువు కాపాడుకోటానికి ఏం చెయ్యాలా అని ఆలోచించాడు. తాను అన్నం తిన్నది తనకోసం కానట్టూ ఆమెకోసం అయినట్టూ–

"ఇంకేం. నీ పంతమే నెగ్గిందిగా! నీ ఇష్టం వొచ్చినట్టే చేశాగా. కళ్ళు చమ్మగా వున్నాయా?" అంటూ చెయ్యి కడుక్కొని విసురుగా వెళ్ళిపోయాడు.

ఆమె పెదవి కదల్చలేదు. ఏమి ఆలోచిస్తూ వుందో! అసలు ఆలోచిస్తూ వుందో లేదో తెలియటంలేదు. యంత్రం లాగు పాత్రలు సర్దుతూ వుంది.

4

"ఏమిట్రా నువ్వు చేసింది?" అని తన్ను తాను ప్రశ్నించుకున్నాడు సీతారామారావు. అతను చేసినపని అతనికే బాగుండలేదు. ఏదన్నా పని చేసేటప్పుడు తను చేసేపని మంచిది కాదని తనకు తెలుస్తూనే ఉంటుంది. కాని మానుకోలేడు ఒక పక్కన మంచిది కాదని అనుకుంటూనే వుంటాడు. ఒకపక్క చేస్తూనే వుంటాడు. తను చేస్తూ వుంది మంచిది అనుకోలేడు. తాను మంచిది అనుకుంది చెయ్యలేడు. ఎందుకని? ఏమిటీ విచిత్రం? దీనికి కారణం ఏమిటి? పదార్థానికీ, ఆత్మకీ వున్న సంఘర్షణా? తానెవ్వరు? పదార్థమా? ఆత్మా? భిన్నమార్గాల్లో ఆలోచించే రెండూనా? చూడగా ఆత్మకంటే పదార్థమే బలం కలదిగా కనిపిస్తూ వుంది. ఆత్మ ఎప్పుడూ మూలవున్న ముసలమ్మలకు మల్లే గొణుగుతూ వుంటుంది. కాని, దాని గొణుగుడు వినేదెవరు? పదార్థం తన పని తాను చేసుకుపోతూ వుంది.

అతను ఆలోచిస్తున్నాడు. ఒక పద్ధతిని బతకటం చేతగానివాళ్ళ ఆలోచనక్కూడా పద్ధతి ఉంటుంది. పద్ధతికి కట్టుబడని ఆలోచనలు ఉండవు. ఎందుకంటే ఆలోచనలు పుట్టటానికీ, పెరగటానికీ ఆ పద్ధతే కారణం. ఇష్టం వొచ్చినట్లు ఆలోచించవచ్చు అనుకుంటారు కొందరు. ఎంత అజ్ఞానులు! తమ ఇష్టం తమ చేతుల్లో ఉందా? తమ ఇష్టానికి మాత్రం ఒక పద్ధతి లేదూ?

అతని ఆలోచనలు ఒక దాట్లోంచి ఒకటి ఒక దాట్లోంచి ఒకటి పుట్టుకొస్తున్నై. మేడ మెట్లు ఎక్కినట్టు ఒక మెట్టు మీదనుంచి ఇంకొక మెట్టు మీదకు ఎక్కుతున్నాడు. ఎందుకు ఎక్కుతూ వుందీ అతనికి అర్థం కాదు. గమ్యస్థానం లేదు. ఎక్కినకొద్దీ ఇంకా మెట్లు కనిపిస్తూనే వున్నాయి. అలసిపోయి, ఎక్కలేక వూరుకోవలసిందేగాని, ఎక్కినవాళ్ళకి ఎక్కినన్ని మెట్లు. కొంతమందికి మెట్లు ఎక్కడమే ఆహ్లాదకరంగా వుంటుంది. వాళ్ళకు గమ్యస్థానం గొడవే లేదు. ఎందుకు ఎక్కుతున్నామా అనే ప్రశ్న లేదు. సీతారామారావు విషయం వేరు. అతనికి ఆయాసంగా ఉంటుంది. కాని అలసట తీర్చుకోటానికి ఆగలేడు. పైగా ఆయాసం ఎక్కువైనకొద్దీ ఎక్కువ వేగంగా పరుగెత్తబుద్ధి అవుతుంది.

"ఏమిత్రా నువ్వు చేసింది?" అద్దంలో తన బొమ్మని ప్రశ్నించాడు సీతారామారావు. "ఎందుకురా నువ్వు అట్లా చేసింది?" అని కిటికీలోంచి బయటకు చూస్తూ తన్ను తాను ప్రశ్నించుకున్నాడు. "ఎంత నీచుడవురా నువ్వూ" అని తన్ను చూచుకొని తానే ఆశ్చర్యపడ్డాడు. "నువ్వు చేసిన పనికి నీ రోగం కుదురుస్తా ఉండు" అని రొమ్ముమీద దబదబా గుద్దుకోవటము మొదలు పెట్టాడు. మొదట వొంటిచేత్తో, తర్వాత రెండు చేతుల్తో గుద్దు, గుద్దుమీద గుద్దు, గుద్దుమీద గుద్దు, అతనికి అకస్మాత్తుగా ఇంట్లో అలికిడి అవటం లేదని తెలిసింది. వెంటనే తన బాధ సహించలేక భార్య ఆత్మహత్య చేసుకుందేమో అని భయం కలిగింది. బావి దగ్గరకు వెళ్ళి చూద్దాం అనుకున్నాడు. కాని, ఆమె ఏదన్నా పని చూసుకుంటూ అక్కడే వుంటే తను గాభరాపట్టం చూసి ఏమనుకుంటుంది? తను ఎంత లోకువ అవుతాడు? తన బలహీనత ఆమెకు తెలిస్తే బతకనిస్తుందీ? ఒక్క క్షణం తను కాపరం చెయ్యగలుగుతాడూ? తన జీవితానికి గూడు కట్టుకున్న కాకిమల్లే శాంతి వుండదు. ఇలా ఆలోచిస్తూనే లేచి 'అందుకు కాదు' అన్నట్లు ఈలవేసుకుంటూ బావి దగ్గరకు వెళ్ళాడు. కానీ బావిలోకి చూట్టానికి భయం వేసింది. పక్కనున్న సీతాఫలం చెట్టుని పరీక్షిస్తూ నుంచున్నాడు. అది తన తండ్రి వేసింది. ఆ చెట్టు సర్వకాల సర్వావస్థలోనూ కాస్తుంది. ఆ చెట్టునవున్న కాయలు ఒక విధంగా లేవు. కొన్ని చిన్నవీ కొన్ని పెద్దవీ రకరకాలుగా ఉన్నాయి. మానవ సంతానానికి మల్లే చెట్టుకిపడ్డ పిందె అంతా నిలవదు. కొన్ని రాలిపోతై, కొన్ని ఉడతలు కొట్టివేస్తయ్! చెట్లక్కూడా గర్భస్రావాలు ఉంటయ్యేమో!

లేనిపోని నవ్వు తెచ్చుకున్నాడు. కాని అప్పటికీ బావిలో చూట్టానికి ధైర్యం చాల్లేదు. అతనికి ఆడవాళ్ళమీద అసహ్యం వేసింది. ఎట్లాగూ చావదలచినవాళ్ళు బావిలోపడి, కిరసనాయిలు పోసుకుని చావకపోతే సరిగ్గా చావగూడదూ? ఎన్ని సులభమైన మార్గాల్లేవు? విద్యుచ్ఛక్తి అందుబాటులోకి వొచ్చింది గదా? బావిలోకి దూకటం, ఎవ్వరో ఒకరు జుట్టుపట్టుకొని పైకిలాగటం, ఒడ్డుని వెయ్యటం, ఎటుపడిన కాలు అటుగా, ఎటువేసిన చెయ్యి అటుగా ఉంచుకొని, వెల్లికిలా పడుకొని, ఆకాశంవైపు నక్షత్రాలు లెక్కపెడుతున్నట్టు చూస్తూ వుండటం ఎంత ఘోరం! ఎంత అసహ్యం! ఎంత నీచం! చచ్చిం తర్వాత ఏమైతేనేం. మేము చూడొచ్చామా అనుకుంటే చచ్చి సాధిద్దామనేగా ఈ ప్రయత్నం? భర్తల్ని ప్రపంచం ఏవగించుకొనేటట్టు చెయ్యాలనీ, బజార్న వెళ్తుంటే 'వాడే, వాడే' అని ఇతర్లు చెప్పుకునేట్టు చెయ్యాలనీ- అదేగా వీళ్ళ అభిలాష. మానవులు పశువులకు ఎంత దగ్గర్లో వున్నారో అనుక్షణం జ్ఞాపకం చేస్తుందీ ఆడజాతి!

ఆడవాళ్ళమీద కోపంతో అతనికి ధైర్యం వొచ్చింది. తటాలున బావిలోకి తొంగి చూశాడు. బుడగలు కనిపించినయ్. అతనికి గుండె దడదడ కొట్టుకుంది. నీళ్ళలో జుట్టు తేలుతున్నట్టు కనపడింది. అది పిల్లలు వేసిన గడ్డి. గడ్డికి, ఆడవాళ్ళ జుట్టుకీ అంత దగ్గర సంబంధం ఉందని అతనికి ఎప్పుడూ తోచలేదు.

అతనికి భార్యమీద కోపం వొచ్చింది. తన్ను అనవసరంగా ఎంత క్షోభపెట్టింది. దొడ్లోనుంచి తన భార్య వొస్తూ వుంది. ఆమె కంటపడేటప్పటికి వొళ్ళు చురచురా మండిపోయింది. తన్నింత కష్టపెట్టి ఏమీ ఎరగనట్టు నంగనాచికిమల్లే, అడుగులో అడుగువేసుకుంటూ వొస్తూంది. ఇంట్లోనే ఉండి, చెక్కు చెదరకుండా వుండి తన్నెంత వేదన పెట్టింది. పాప వెంట వస్తూంది.

ఎదురుగా వెళ్ళాడు- "ఏం చేస్తున్నావిక్కడ?" అని అడిగాడు.

ఆమె మాట్లాడలేదు.

"చెప్పవేం?" అన్నాడు.

"ఏముంది చెప్పటానికి? ఇంట్లోకి వెళ్తున్నాను" అంది. అతన్ని నఖశిఖ పర్యంతం చూస్తూ నిలబడింది.

ఆ చూపులు అతనికి తను పెంచిన కుక్కను జ్ఞప్తికి తెచ్చినయ్. ఆ కుక్క అలాగే చూసేది. చూపుల్లో అర్థం వుండేది కాదు, తన్నేదో పరీక్షిస్తున్నట్టూ, తన హృదయంలో వున్న రహస్యాలు తెలుసుకోటానికి ప్రయత్నిస్తున్నట్టూ చూసేది.

"ఎందుకట్లా చూస్తావు?" అని అడిగాడు. పాప గజగజలాడుతూ తల్లి వెనక నక్కింది.

ఆమె మాట్లాడలేదు. తన కుక్కకూడా ఇంతే! కసిరినా తన్ను విడిచిపెట్టేది కాదు. చూపులు మానేది కాదు. 'నీ సంగతి నాకు తెలుసులే' అన్నట్టు చూసేది. కొడితే 'కుయ్యో కుయ్యో' అనేది. మళ్ళీ అట్లాగే చూసేది.

"ఏం కొడతావా?"

"నేనేం కొడతాను?" అంది. ఎందుకంత నిస్పృహ, తన కుక్కా అంతే అతనికి వొళ్ళు మండింది.

"అయితే నేను కొడతాను" అని చెంపమీద ఛడేలున కొట్టాడు. పాప కెవ్వుమన్నది. కాని ఆమె అలాగే చూస్తూ నిలబడిపోయింది.

అతను కొట్టాడు. తన భార్యను కొట్టాడు. అతని శరీరం భయంతో వణికిపోయింది. ఆయాసం ఎక్కువై వగర్పు పుట్టింది. తను కొట్టాడు. చుట్టూ వున్న

వస్తువులు ఏవీ అతనికి కనపట్టం లేదు. అంతా అయోమయం అయింది. లోపల నరాలు చిటేలు చిటేలున విరుగుతున్నట్టు అనిపించింది.

తన భార్యను కొట్టాడు. భార్యమీద చెయ్యి చేసుకున్నాడు. బజార్లో జట్కాలు తిరుగుతూనే వున్నాయి. మనుష్యులు ఎవ్వరి పనులు వాళ్ళు చేసుకుంటూనే వున్నారు. ప్రపంచం యథాప్రకారం నడుస్తూనే వుంది. సూర్యుడు పడమటే అస్తమిస్తాడు. తూర్పునే ఉదయిస్తాడు. తను భార్యని కొట్టడంలో ఈ ప్రపంచానికి ఏమీ సంబంధం లేదా–?

అతనికి గంగిర్లు ఎత్తినయ్. శరీరం అంతా సూదులుపెట్టి గుచ్చుతున్నట్లు ఉంది. అక్కడ వుండలేకపోయాడు.

ఆరో ప్రకరణం

అసమర్థుని అంతం

సీతారామారావుకి ఇంట్లో వున్న ప్రతివస్తువూ తన్ను ఎక్కిరిస్తున్నట్లూ, తన్ను చూచి వికటాట్టహాసం చేస్తున్నట్లూ కనిపించింది. పెళ్ళిలో తనూ, తన భార్యా తీయించుకున్న ఫోటో గోడకు వేలాడుతూ వుంది. ఆమె కుర్చీలో కూర్చొని వుంది. తను ప్రక్కన నుంచొని వుండగా కూర్చోడానికి చాలా సిగ్గుపడింది. తన భార్యను కూచోబెట్టి తాను ఎందుకు నుంచున్నాడు? నుంచున్న తను సంతోషంగానే వున్నాడుగాని కూర్చున్న తన భార్య చాలా విచారంగా వున్నట్లు కనిపించింది. మూడోక్లాసు టిక్కెట్టుతో పరుపుల బండిలో కూర్చోవలసి వొచ్చిన పల్లెటూరివానికి మల్లే, తన అధికారి సరసన కూర్చోవలసి వొచ్చిన బంట్రోతుకుమల్లే, సర్కస్‌లో పెద్దపులి వీపుమీద నుంచున్న మేకకి మల్లే – ఆమె కుర్చీలో కూర్చుని వుంది.

మరొక ఫోటోలో హార్మోనియం ముందు పెట్టుకుని కూర్చొని వుంది. గడ్డిమూటలు ముందు పెట్టుకుని కూర్చున్న మాలవాళ్ళు అతనికి జ్ఞాపకానికి ఒచ్చారు. ఇవన్నీ ఒకప్పుడు తన్ను ఎలా ఆకర్షించాయో, ఆమె సర్వస్వం అని తను ఎలా అనుకోగలిగాడో అతనికి అర్థం కాలేదు. అప్పుడు తనే స్థితిలో వున్నాడు? తన సంసారం, అభిరుచులు ఎలా వుండేవి? తనను గురించి తనకు తెలుసుకోవాలనిపించింది. తాను రాసుకున్న డైరీ తీసి చదువుకోవటం మొదలు పెట్టాడు. అతనికి ఆశ్చర్యం వేసింది. ఏదో ఎక్కడో జరిగిన నవల చదువుతున్నట్లు అనిపించింది. అందులోవున్న వ్యక్తి కథానాయకుడుగా కనిపించాడు గాని సాధారణ మానవుడుగా కనిపించలేదు. తనేనని తోచనే తోచలేదు. చదువుతూ పేజీలు తిరగవేస్తున్నాడు.

మొదలు పెట్టాడు ;

జూలై 2 :

అతనూ అతని భార్యా సముద్రం ఒడ్డున కూర్చొని సూర్యస్తమయాన్ని చూశారు.

అప్పుడు తను తన భార్యని అడిగాడు– "మొదట్లో నీవు నన్ను ఎప్పుడు ప్రేమించావు?"

ఆమె సిగ్గుపడింది.

"చెప్పు ఇందీ, నాతో చెప్పవూ!" అని దగ్గరకు తీసుకుంటూ అడిగాడు.

ఆమె తల వాల్చింది.

"ఏదీ, ఇటు చూడు... చెప్పు..."

"ఎప్పుడూ ప్రేమిస్తూనే ఉన్నాను" అని సిగ్గుతో మొహం చేతుల్తో కప్పుకుంది.

ఆ జవాబు అతనికి తృప్తినివ్వలేదు– "అలాకాదు, మరీ మొదట్లో ఓం ప్రథమంలో–" అని అడిగాడు.

"పోనిద్దురూ" అంది చిరునవ్వు నవ్వుతూ.

"చెప్పు, నాతో చెప్పటానికి సిగ్గెందుకు?"

చివరకు ఆమె చెప్పింది. ఒకరోజు ఆమె గురుకులానికి వెళ్తూ పది పుస్తకాలు చంకలో పెట్టుకుని చకచకా నడిచి వెళ్తున్న అతన్ని చూచిందట. చూచీ చూట్టంతోనే ప్రేమించిందట!

"అప్పుడు నేను ఏ చొక్కా వేసుకున్నాను?"

"పక్క గుండీల సిల్కులాల్చీ వేసుకున్నారు."

తను వేసుకున్న చొక్కా కూడా జ్ఞాపకం వున్నందుకు సంతోషంవేసింది– "అప్పుడు నీ మనస్సులో ఏమనుకున్నావు?"

ఆమె చిరునవ్వు నవ్వుతూ ఓరచూపు చూసింది.

"ఆయన నాభర్త అయితే బావుండును' అనుకున్నావు కదూ. దొంగా!" అని చక్కిలిగింతలు పెట్టాడు.

జూలై 3 :

సాయంకాలం అతనూ, అతని భార్యా పుష్పవనంలో ఒక పూల చెట్టుకింద కూర్చున్నారు... చల్లనిగాలి వీస్తూ వుంది. ఆమె ముంగురులు గాలికి చెదురుతూ వున్నాయి.

"నన్ను ఏం చూసి ప్రేమించావు ఇందీ!" అని అడిగాడు.

ఆమెకు చెప్పటం చేత కాలేదు. ఆమె అతన్ని నఖశిఖ పర్యంతం ప్రేమించింది.

"చెప్పు?"

"కోటేరువంటి మీ ముక్కు"

అతనికి ఆ జవాబు నచ్చింది.

"అంత బాగుంటుందా?" అని అడిగాడు.

"మరే!" కనురెప్పలు ఆర్పింది.

ముంగురులు సవరించింది.

అతడు ఆప్యాయంగా దగ్గరకు తీసుకొని ముద్దుపెట్టుకున్నాడు "ఇందీ, నా ఇందీ" అంటూ.

జూలై 4 :

ఒక డింగీలో కృష్ణానదిలో ప్రయాణం చేసి, ఒక లంక జేరారు. అక్కడ వున్నంతసేపూ అతనికి ప్రపంచంలో ఎవ్వరికీ అందని ఉన్నత స్థాయిలో తాము వున్నట్టు అనిపించింది.

"మనం అదృష్టవంతులం" అన్నాడు.

"నేనూ–" మొదటి అక్షరం వొత్తి పలికింది.

"నేను మాత్రం కాదూ? మనలాగ నిష్కల్మషంగా, పవిత్రంగా, నిర్మలంగా, అమితంగా ప్రేమించుకునే వాళ్ళీ ప్రపంచంలో లేరు" అన్నాడు.

"నిజమేనండీ" అని నిట్టూర్పు విడిచింది.

"అండీ అనకు, నేనే నీవు, నీవే నేను"

"ఏమనమంటారు మరి?"

"పేరున పిలువు"

"అబ్బా! మీ పేరు పెద్దదండీ!"

"రామూ అని పిలువూ"

ఆమె సిగ్గుపడింది.

"నేను 'ఇందీ' అని పిలవటంలా?"

"............"

"అయితే నేను ఇందిరాదేవి గారూ అని పిలుస్తాను"

"వొద్దు– వొద్దు" అని బతిమాలింది. "చూశారు గదూ?" అని అలిగింది.

"మరి నేను పేరున పిలిస్తే."

ఆమె పిలిచింది. అతని హృదయం ఆనందంతో నిండిపోయింది.

"మళ్ళీ" అన్నాడు.

ఆమె పిలిచింది– "రామూ!"

"ఇంకొంచెం బిగ్గరగా!"

ఆమె పిలిచింది. తన కంఠధ్వనికి తానే సిగ్గుపడి అతని వొళ్లో తల దాచుకుంది. అతడు ఆమె తల నిమురుతూ పరవశత్వం పొందాడు. ఇంత ఆనందం ప్రపంచంలో ఎవ్వరు అనుభవిస్తున్నారు?

ఆనందో బ్రహ్మ.

జూలై 5 :

అతడు చెప్పాడు–

"మన జీవితం ఎల్లప్పుడూ ఇలాగే జరగాలి"

ఆమెకు భయం వేసింది.

"మన శరీరాలు వేరయినా ఆత్మలు ఒక్కటే" అన్నాడు

ఆమె తల వూపింది – ఆమెకు గురుకులంలో అందరి ఆత్మలు ఒకటేనని చెప్పారు.

"కాబట్టి మనమధ్య రహస్యాలుండకూడదు" అన్నాడు.

ఆమెకు భయం వేసింది– ఈ మాట ఎందుకు అంటున్నాడో తెలియక.

అతడు గ్రహించి "ఇప్పుడున్నాయని కాదు. ఎప్పుడూ ఉండగూడదు. జరిగే విషయాలే కాకుండా, మనస్సుల్లో కలిగే భావాలను కూడా ఒకరికొకరం చెప్పుకుందాం– ఎటువంటి భావం అయినాసరే. మనకి ఒకరి మధ్య ఒకరికి భయం ఎందుకు? అన్ని విషయాలూ నిండు హృదయాలతో చర్చించుకుందాం. అప్పుడు మన నిర్మల ప్రేమ నిర్విఘ్నంగా సాగిపోతుంది" అన్నాడు.

ఆమె అంగీకరించింది.

* * *

ఇక చదవలేక పోయాడు. హృదయంలో బాకులు కదిలినయ్. ఎవరీ వ్యక్తి? తనేనా! అప్పటి ఆమేనా ఈ తన భార్య? ఆ జీవితం తాము గడిపినదేనా! ఆ ప్రేమ. ఆ భావాలు తాము వెలిబుచ్చినవేనా? ఆ ఆదర్శాలు, ఆ ఆశయాలు తనవేనా!

తను ఎంత మారిపోయాడు! అనుక్షణం మారుతూ వుంటంవల్ల తనలో వొచ్చిన తీవ్రమైన మార్పు తనకు తెలియదు కాని, వెనక్కి తిరిగి చూసుకుంటే, అప్పటి తనతో ఈనాటి తనను పోల్చి చూచుకుంటే. గుండె గుభేలుమంది. ఒకప్పుడు

తనలో అన్ని ఉన్నతభావాలు వుండేవా? తన హృదయం అంత పవిత్రంగా వుండేదా? తాను ఇంత మారాడా? అధఃపాతాళానికి పోతున్నాడా?

గబగబా వెళ్ళి, అద్దంలో తన మొహం చూచుకున్నాడు. అతని గుండెలు పగిలినయి. సన్నని భయంకరమైన ఎలుగు అతని కంఠంలో నుంచి బయటపడింది.

నిజంగా తను మారాడు. భావాలతోపాటు ఆకారం కూడా మారింది. కళ్ళు గుంటలు పడినయ్. నల్లని గుడ్డును తెల్లపొర కప్పుతూ వుంది. నుదురుమీద అరలు ఏర్పడినయ్. పెదిమల పక్క గీతలు కనిపిస్తున్నయి. కింది పెదవి బరువు ఎక్కువయి, పట్టు తప్పి, వొదులు వొదులుగా వుంది. దవడ కింది భాగం ముందుకు పొడుచుకొని వొచ్చింది. అతనికి అకస్మాత్తుగా నెమరువేసే గేదె జ్ఞాపకం వచ్చింది. వేదనతో ఉడికిపోయాడు. తన పెళ్ళినాటి ఫోటో చూశాడు. అద్దంలో ఇప్పటి తన ముఖం చూశాడు. "ఇందులో ఎవర్ని నేను? ఎవర్ని? ఆ సౌమ్యమూర్తినా? ఈ పిశాచాన్నా? ఎవర్ని?"

ఈ ప్రశ్నకు జవాబు లేదు. సౌమ్యమూర్తి విచారంగా చూసింది. పిశాచం భయపెట్టింది. అతనికి తన శరీరం పెరుగుతున్నట్టు అనిపించింది. ఇల్లు ఇరుకైంది. కత్తుల బోనయింది. తన శరీరం పట్టటం లేదు. బయటకు వెళ్ళాడు. ఎక్కడకు? వెళ్తే ఏం? అసలు ఎక్కడికో ఒకచోటికి వెళ్ళాలని ఎక్కడుంది? వెళ్ళటమే కావాలి. ఎక్కడికి అనేది అనవసరం అయిన ప్రశ్న. అతడు వెళ్తున్నాడు. నడుస్తున్న అతనికి అకస్మాత్తుగా తన దుస్థితికి తన స్నేహితులే కారణం అనిపించింది. వాళ్ళంతా తనలాంటివాళ్ళే. జీవిత ప్రవాహంలో కలవలేక వెనకపడి ఎవరికివాళ్లే ఒక చిన్న ప్రపంచంగా, ద్వీపకల్పంగా తయారయి తమ పాపాలను తామే మొయ్యలేక బాధపడుతున్న వాళ్లే!

అతను ఒక్కొక్కళ్ళను గురించి ఆలోచించాడు. బజార్నపడి నడుస్తూనే వున్నాడు. ఆలోచిస్తూనే వున్నాడు. అతనికి మట్టుకి నడుస్తూన్నట్టు లేదు. ఆలోచిస్తున్నట్టు లేదు.

అతని స్నేహితుల్లో ముఖ్యడైన సూర్యారావు ఒకప్పుడు కథలూ, వ్యాసాలూ రాస్తూ వుండేవాడు. కొన్ని తిరిగి మళ్ళీ అతని దగ్గరకే వొచ్చేవి. భూమి గుండ్రంగా వుండటమే దీనికి కారణం అనుకునేవాడు. వాదించేవాడు, నిరూపించేవాడు.

ప్రస్తుతం రాయటం మానుకున్నాడు. మన దేశంలో పేరున్న రచయితలు ఇతర దేశ రచయితలనుంచి ఏమేమి కాపీకొట్టి పేరు గడించారో పరిశోధనలు చేస్తున్నాడు. ఏ పుస్తకం బాగుందన్నా అతను సహించలేడు. వెంటనే ఏ ఇంగ్లీషు

పుస్తకం కాపీయో చెప్పేస్తాడు. అలా పుస్తకం పేరు చెప్పటానికి ఏదైనా యిబ్బంది కలిగితే "నేను ఎక్కడో చదివినట్టుంది. ఇది తప్పకుండా కాపీయే! లేకపోతే మనవాళ్ళు ఇంత బాగా రాయకేం!" అంటాడు. "పోనీ నువ్వు బాగా రాసి చూపరాదా?" అంటే "రచన చేస్తే ఉత్తమ రచనే చెయ్యాలి" అంటాడు.

"అలాగే చెయ్యి"

"అది నా పని కాదు. ఈ కుర్చీ బాగా లేకుంటే ఇంతకంటే మంచిది చేసి చూపమనటం కేవలం వెర్రి. అది నా వృత్తి కాదు" అని జవాబు చెపుతాడు.

ప్రస్తుతం మన సారస్వతం "నానాటికి తీసికట్టు నాగంభొట్లు"గా వుండటానికి కారణాలు పోగుచేస్తున్నాడు. ఈ విషయంమీద తాను విసుక్కోకుండా శ్రోతలను విసిగిస్తూ రోజుల తరబడి మాట్లాడగలడు.

"మన రచనల్లో తెలుగు నుడికారం, తెలుగు జీవితం, తెలుగుతనం, తెలుగు జాతీయత వుట్టిపడుతుండాలి. అప్పుడే మనం ఉత్తమ రచనలు చెయ్యగలుగుతాం–" అంటాడు.

"అంటే ఏమి చెయ్యాలి?"

అతను యేమాత్రం తడుం కోకుండా జవాబు చెపుతాడు! "మనకు కృష్ణమ్మతల్లి వుండగా, యమునా నదిని గురించి వ్రాయటం యెందుకు? మనకు వేమన వుండగా భక్త తుకారాంను గురించి వ్రాయటం యెందుకు? మనకు తెలుగు యోధులు అనేకమంది వుండగా శివాజీని గురించి వ్రాయటం ఎందుకు? మనకు కనకదుర్గ వుండగా కాశీమహాత్మ్యం వ్రాయటం ఎందుకు?" అని కరతాళ ధ్వనులకోసం ఎదురు చూస్తాడు.

ఇలా గంటలతరబడి మాట్లాడి, చివరికి, "ఏమీ లాభం లేదు, విదేశీ ప్రభుత్వం పోతేకాని మనం ఉత్తమ రచనలు చెయ్యలేం" అని తేలుస్తాడు. అతనిలో వున్న సుగుణం ఏమిటంటే చనిపోయిన రచయితను పొగుడుతాడు. రచయిత గొప్పతనం మరణించడంమీద ఆధారపడి వుంటుంది.

రెండో అతను శాతవాహనుడు. మాటల్లో విచిత్రతా, ఇడ్లీమీదికి కారప్పొడీ ఇతనికి ఇష్టం. "నేను సుఖపడను, ఇతరులను సుఖపడనివ్వను" అంటాడు. ఈ విషయాన్ని గురించి అతనొక గేయం రాశాడు–

అనురాగం అంబరమైతే
ఆనందం అర్ణవమైతే
మేం తోకచుక్కగా వస్తాం
బడబానలమై మండిస్తాం

ప్రపంచ మొక నందన వనమై
జీవితమొక గులాబి ఐతే
మేం ముళ్ళతొడుగుగా ఉంటాం
సుస్వప్నం భంగపరుస్తాం

జీవితమను కేళీగృహములో
సుఖమే ఒక విరిపాన్పయితే
మేం కాలసర్పమై వొస్తాం
విషాద విషజ్వాలలు తెస్తాం

మీ నిద్రా సుఖ సమయంలో
స్వాప్నిక ప్రశాంతి నిలయంలో
మేం పీడకలలుగా వొస్తాం
రౌరవదృశ్యము చూపిస్తాం

మీ స్వప్నలోక యాత్రల్లో
మీ హేమానవ పాత్రల్లో
కన్నీటిధార నింపేస్తాం
మీ బాటను జారుడు చేస్తాం

పానకపు పుడకగా వొస్తాం
టీ కప్పులో ఈగై చస్తాం
మీ శాంతిని భగ్నం చేస్తాం
మీ శాంతిని భగ్నం చేస్తాం

మిత్రుడు బైరాగికి క్షమాపనలతో

"ఏమిటీ వేషం?" అని అడిగితే జవాబు గేయంలోనే చెప్పేవాడు–

"కాషాయం విషాన్నం
నీకోసం కాదీ వేషం."

"ఎందుకిల్లా వూరికనే తిరుగుతావు?" అని అడిగితే జవాబు ఇలా చెబుతాడు–

"తిరుగుడా మూర్ఖుడా ?
తిరుగుళ్ళో అరుగుడుందే
అదేగా లోకానికి విరుగుడు!"

ఇతనికి పిల్లలంటే అసహ్యం. కళ్ళబడితేనే ఉలిక్కిపడతాడు. వాళ్ళల్లో తన ప్రతిబింబం నగ్నంగా కనిపిస్తుందో ఏమో? వాళ్ళకూ తనకు మల్లేనే విచిత్రత అంటే ఇష్టం. తాను ఎంతో ఆలోచించి గేయరూపంలో పెట్టగలిగింది వాళ్ళు ఏ ఆలోచనా లేకుండా మాట్లాడగలరు. "ఎందుకు పసిపిల్లలంటే నీకింత కంటకం?" అని అడిగితే అతను చెపుతాడు–

"పళ్ళులేని పసిపిల్లలు
కళ్ళులేని కబోదిపక్షులు
జగన్మాత విదిలించిన మసిబొగ్గులు...
ఒంటేలికిపోస్తే తంటా లేదంటావా"

ఈ విచిత్రవ్యక్తిలో మరీ విచిత్రం ఏమిటంటే, ఇన్ని చెప్పే ఇతను, జీవితాన్ని ఎంతో నిర్లక్ష్యం చేసే ఇతను ఆకలికి దాసుడు. ఆకలిముందు స్నేహితులు ఆగరు. కవిత్వం ఆగదు, తన అనార్కిష్ట్ సిద్ధాంతం ఆగదు. ఇడ్లీ మీదకు కారప్పొడో భోజనంలోకి కొబ్బరి పచ్చడో లేకపోతే ఇంత మొహం చేసుకొని కొట్లాడతాడు. ఇక తన జీవితంలో ఈ కారప్పొడి, పచ్చడి తినే భాగ్యం ఇప్పట్లో రాదు అన్నట్లు ప్రవర్తిస్తాడు. తన జీవితంలో సుఖపడే పెద్ద అవకాశం ఆ కాఫీ హోటలు సర్వరూ, యింట్లో తన తల్లీ పొట్టన పెట్టుకున్నట్టు బాధపడతాడు.

బాలకృష్ణుడు తండ్రి కొడుకు. ప్రతి చిన్న విషయానికి "మా నాన్న వున్నాడు చూశారూ..." అంటూ వుంటాడు. వాళ్ళ నాన్న చెప్పని విషయం లేదు. ఈ ప్రపంచంలో జరిగేవన్నీ ఇంట్లో కదలకుండా కూర్చుని ముందే చెప్పేస్తూ వుంటాడు. అవన్నీ అతను చెప్పినవి చెప్పినట్టు అక్షరాలా జరుగుతూ వుంటై. ఈ సంవత్సరం రోహిణి కార్తెలో ఎండలు వుండవని ఆయన గత సంవత్సరం రోహిణికే చెప్పాడు. ఇక ముందు పుట్టబోయే పిల్లలకు ముక్కులుండవని ఆయన పది సంవత్సరాల కిందే చెప్పి అట్టిపెట్టాడు. యుద్ధానంతరం కలరా ఎక్కువగా వుంటుందని ఆయన యుద్ధం రాకముందే చెప్పాడు. "చూడండి! అక్షరాలా జరుగుతున్నయ్" అంటాడు బాలకృష్ణుడు. "మా నాన్న వున్నాడు చూశారూ, ఆయన దివ్యదృష్టి అమోఘం!" అంటాడు.

అతడు తండ్రికి బానిస. తనతండ్రి గొప్పతనానికి దృష్టాంతాలను పోగుచేస్తూ, ఇతరులకు నిరూపించి చెపుతూ జీవితం గడుపుతున్నాడు. "మా నాన్న వున్నాడు చూశారూ..' అంటాడేగాని తను ఏమనేది ఎప్పుడూ చెప్పడు. తను ఏమీ అనడు. తను ఒకప్పుడు ఏమన్నా అన్నా అది ఎప్పుడో వాళ్ళ నాన్న మాట్లాడిన విషయమే అయివుంటుంది. వాళ్ళ నాన్న దగ్గరకు అనేకమంది వొస్తుంటారు. సలహాలు

తీసుకుంటూ వుంటారు. ఆ సలహాలు ఆచరణలోపెట్టి గొప్పవాళ్ళవుతారు. ఈవిధంగా గొప్పవాళ్ళయిన వాళ్ళు అన్ని శాఖల్లోనూ వున్నారు. కాని ఒక్కరూ కృతజ్ఞత చూపరు. పైగా ఎప్పుడయినా తనతండ్రి కలవటం తటస్థిస్తే ఎరగనట్టు నటిస్తారు.

"ఏమిటి కారణం?"

"మా నాన్నముందు తమ తక్కువతనాన్ని కప్పిపుచ్చుకోటానికి అది వొక ఎత్తు."

పోనీ! ఎల్లకాలం ఇతర్లను గొప్పవాళ్ళను చేస్తూ కూర్చోకపోతే తనే గొప్ప వాడవగూడదూ?

"అదే మా నాన్న గొప్పతనం తన సంగతి ఎప్పుడూ ఆలోచించడు."

అతని మాటలు వింటూ వుంటే సీతారామారావుకి ఒక్కొక్కప్పుడు కోపం వస్తుండేది. ఒక్కొక్కప్పుడు ఈర్ష్య కలుగుతూ వుండేది. ఇతరుల తండ్రులు శుంఠలు అయినట్లూ, తనతండ్రే తండ్రి అయినట్టూ మాట్లాడుతూ వున్నందుకు కోపం, తనకూ తండ్రి అంటే భక్తే. కాని బయటకు చెప్పుకోటానికి బాలకృష్ణునికి వున్న ధైర్యం తనకు లేదు. తనకు లేని ధైర్యం అతనికి వున్నందుకు ఈర్ష్య.

ఒకరోజు బాలకృష్ణుడు మాట్లాడుతుంటే ఆగలేక "మీ నాన్న గొప్పవాడా, మా నాన్న గొప్పవాడా?" అని అడిగాను.

ఆ ప్రశ్నకు బాలకృష్ణుడు నిరుత్తరుడయ్యాడు. తెరిచిన నోరు ముయ్యకుండా చూస్తూ కూర్చున్నాడు. ఏమీ మాట్లాడలేదు. కాని బయటకు వెళ్ళి "అదేమిటోయ్ సీతారామారావు తండ్రిని పొగుడుకుంటాడు?" అని ఎరిగిన వాళ్ళందరికీ చెప్పాడు. ఒక్క చెప్పటమే కాదు! అలా తండ్రిని పొగుడుకోవటం పశు లక్షణమనీ, సంస్కారం వున్న వాళ్ళెవరూ ఆ పని చెయ్యరనీ నిరూపించి అందర్నీ ఏకగ్రీవంగా వొప్పించాడు.

శివరావు మరొక రకం. తన్ను గురించి ఎవళ్ళెవళ్ళు గొప్పగా చెప్పుకుంటుందీ ఏకరువు పెడతాడు. వాళ్ళ అభిప్రాయాలకు విలువ రావటానికి ముందు తన్ను పొగుడుతున్న వాళ్ళు ఎంత గొప్పవాళ్ళో నిరూపించి తరువాత తనని గురించి వాళ్ళిచ్చిన అమూల్యాభిప్రాయాలను బయట పెడతాడు.

ఒకతనికి ప్రపంచంలో ఎవరన్నా పడదు. తనంటేమాత్రం అతడు పడి చస్తాడు.

ఒక గొప్పవాడు తను రెండు రోజులు కనబడకపోతే ఉద్యోగానికి సెలవుపెట్టి తన్ను వెతుక్కుంటూ వొస్తాడు.

మరొకడు అతిగోప్యంగా ఉంచవలసిన కుటుంబ వ్యవహారాలు కూడా తనతో చర్చిస్తాడు. తన దగ్గరకు వొచ్చి "ఏమోయ్- నా భార్య సంగతి నాకు అనుమానంగా వుంది. ఏం చెయ్యమంటావు?" అని అడుగుతాడు.

ఇక ఆడవాళ్ళని గురించి అతను కోసే కోతలు, వేసే అపవాదులు ఆహ్లాదకరంగా వుంటాయి. చెవులు కోసుకుని వినబుద్ధి అవుతుంది. వూళ్ళో ఆడవాళ్ళంతా తన్ను చూచి ఆగలేక పోతున్నట్లు మాట్లాడుతాడు.

"అదేమిటోయ్, బజార్న నడవనివ్వరేం!" అని అడుగుతాడు.

"వొద్దు వొద్దన్నకొద్దీ డబ్బు గిరాటువేసి పోతారేమిటోయ్!" అంటాడు.

చేతి ఉంగరం చూపిస్తూ, "మనం కొనకేం? నిన్న బజార్నుంచి ఇంటికి వెళ్ళేటప్పటికి ఒకామె ప్రత్యక్షం... ఒద్దన్న కొద్దీ వేలికి తగిలించి పోయింది. అబ్బా, రాత్రంతా నిద్రలేదోయ్..." అని ఆవలిస్తాడు.

విచారంగా మొహంపెట్టి, "ఆడవాళ్ళని తగిలించుకోవటం తేలికే. వొదిలించుకోవటం బ్రహ్మప్రళయం" అంటాడు.

అతను మాట్లాడేవన్నీ అబద్ధాలేనని మిగిలినవాళ్ళందరికీ తెలుసు. కాని, ఆ కథలే అతనితో మళ్ళీమళ్ళీ చెప్పించుకొని ఆనందపడుతుండే వాళ్ళు. అపవాదుకున్న ఆకర్షణ ఈ ప్రపంచంలో ఆడదానికి లేదు. అపవాదు ఇచ్చే ఆహ్లాదం మరొకటి ఇవ్వలేదు.

వీళ్ళంతా జ్ఞాపకం వొచ్చేటప్పటికి సీతారామారావుకి కంపరం పుట్టింది. ఒకప్పుడు తన స్నేహితులు కూడా తనకుమల్లే జీవిత క్లేశాలను లెక్కచెయ్యక సంఘానికి ఎదురు తిరిగినవాళ్ళేనని, ఎవ్వర్నీ లెక్కచెయ్యని స్వాతంత్ర్య ప్రియులేనని సంతోషించేవాడు. ఇప్పుడొట్టి మాటల పోగులుగా కనిపిస్తున్నారు వీళ్ళు. ప్రపంచం నిర్లక్ష్యం చేస్తుంటే, మాటలతో దాని దృష్టిని ఆకర్షించటానికి ప్రయత్నిస్తున్నారు. తమ అసమర్ధతలను మాటల తొడుగుతో కప్పిపుచ్చటానికి ప్రయత్నిస్తున్నారు. జీవితాన్ని అనుభవించలేక, జీవితపు లోతులను తడివి తడివి చూడలేక, మాటలతో ఆత్మవంచన చేసుకుంటున్నారు. మాటల్ని నమ్ముకొని, అమ్ముకొని తృప్తి పడుతున్నారు. మాటలు - మాటలు - మాటలు - ఎడతెరిపి లేని మాటలు. అంతులేని సంభాషణ, విరామంలేని చర్చలూ - వాగ్వివాదాలూ - మాటల్తో ఒకర్నొకరు గెలవాలనే తాపత్రయం, ఇదీ తాము నిత్యం చేస్తున్న పని. పైగా ఏదో ఒక పని చేస్తున్న వాళ్ళని విమర్శించటం, నిందించటం. ఏదో ఒక పనిచేసే వాళ్ళల్లో తప్పులు దొరుకుతయి, ఏ పనీ చెయ్యని వాళ్ళల్లో తప్పులేముంటయి? కాబట్టి తాము తప్పులు చేస్తున్న వాళ్ళకంటే అనేక రెట్లు గొప్పవాళ్ళమనుకునే వాళ్ళు.

ఇవన్నీ జ్ఞాపకం వొచ్చి రోడ్డుమీద నడుస్తూ వున్న సీతారామారావు టపాలున ఆగిపోయి అరికాలుతో రోడ్డుని శక్తికొద్దీ ఒక తన్ను తన్ని "నా పతనానికి వీళ్ళే కారణం. నా స్నేహితులే కారణం. సంవత్సరాల తరబడి వీళ్ళు తప్ప నాకు ప్రపంచం లేదు. వీళ్ళనిబట్టి నా స్వభావం మారిపోయింది. వీళ్ళ మూలంగానే నేను పనికిమాలిన వాడినయ్యాను!" అని బిగ్గరగా అరిచాడు.

అరవటం, మరొక సంగతి జ్ఞాపకం రావటం– రెండూ ఒకేసారి జరిగినయ్ సీతారామారావుకి.

"వాళ్ళమూలాన నేను చెడిపోయాననుకోటానికి ఎట్లా వీలు? నా మూలానే వాళ్ళు చెడిపోయారేమో? వాళ్ళీస్థితికి రావటానికి నేనే కారణం ఏమో!"

వాళ్ళకీ ఇన్నేళ్ళుగా నేనే ప్రపంచం అయి, నా సంపర్కంవల్లే వాళ్ళు లోకానికి పనికిరాకుండా పోలేదుగదా!

ఇంతమంది జనాభాలో వాళ్ళకి నేనూ, నాకు వాళ్ళూ ఎందుకు తటస్థపడాలి? వాళ్ళకీ, నాకూ ఏమిటి సంబంధం? ఒకరి కొకరికి ఎందుకు స్నేహం ఏర్పడింది?

మా అందరికీ ఒకే గుణం వుండి వుండాలి. అంతా ఒక రకం గనకే స్నేహం ఏర్పడింది.

ఇక ఒకరివల్ల ఒకరు చెడటం ఏమిటి? చెడే కలిశాం. కలిసే చెడ్డాం" అనుకున్నాడు.

దీనికంతా తమ బలహీనత, తమ అల్పత్వమే కారణం అనిపించేటప్పటికి సీతారామారావుకి ఎదురుగుండా వస్తున్న పెద్దమనిషిని అగ్గిపెట్టె నెపంతో ఆపి, కాలికి మెలికవేసి పడేసి, మొహం రక్కాలనిపించింది. వెంటనే మహారణ్యాల్లోకి వెళ్ళి దారులుకొట్టి బతకాలనిపించింది... ఆ మహారణ్యంలో జీవితం ఎంత స్వేచ్ఛగా ఉంటుంది...

అర్ధరాత్రి రెండెడ్లబళ్ళు వొస్తుంటాయి. ఆ బళ్ళల్లో మొగవాళ్ళు, ఆడవాళ్ళు, పిల్లలు, జెల్లలు– అంతా కిక్కిరిసి కూర్చునుంటారు. ఎడ్లమెడలకున్న గంటలు గణగణ గణగణ మోగుతుంటాయి. ఆ బళ్ళ తొట్లలో కూర్చుని బళ్ళు తోలుతున్న వాళ్ళు భయం పోగొట్టుకోడానికి ఆంజనేయ దండకం పఠిస్తూ వుంటారు.

"శ్రీ ఆంజనేయం
ప్రసన్నాంజనేయం
ప్రభా దివ్యకాయం
ప్రశస్త ప్రకాశం...."

అంటూ వుంటారు ఎలుగెత్తి. బళ్ళలో వున్న ఆడవాళ్ళు భయపడుతూనే దొంగల కథలూ, దెయ్యాల కథలూ చెప్పుకుంటూ వుంటారు. దెయ్యాలు మహా కంత్రీవి, ఒక పల్లకీ భుజాన పెట్టుకొని 'ఏగోకం బై గోకం' అని బోయీలకు మల్లే శబ్దాలు చేసుకుంటూ ప్రయాణీకులను మోసం చేస్తాయి. అంతలో దొంగలతోపు వొస్తుంది. ఆ తోపు దొంగలకు ప్రసిద్ధి. ఆ చుట్టుప్రక్కల గ్రామాలకు ఆ పేరు వింటేనే హడల్. బళ్ళల్లో వాళ్ళు ప్రాణాలు బిగపట్టుకుని కూర్చుని వుంటారు. ఎడ్లు కూడా చెవులు రిక్కించి భయం భయంగా ముందుకు అడుగులు వేస్తూంటాయి. ముందుకు చూడకుండా పక్క పొదలవైపుకి చూస్తూ నడుస్తుంటాయి. బళ్ళలో వున్న మొగుళ్ళులేని ఆడవాళ్ళు.

"రాముడేమన్నాడే
భద్రాచల రాముడేమన్నాడే...."

అని పాడుతూ వుంటారు. అప్పుడు సమయం కోసం పక్క పొదలచాటున వుండి ఎదురుచూస్తున్న తాము ఒక్కసారి దారిలోకి దూకి....

"ముండల్లారా
మూటలెత్తమ్మన్నాడే!"

అంటారు. ఎడ్లు నిలబడిపోతయి. తొట్లలో కూర్చున్న వాళ్ళ ప్రాణాలు ఎగిరిపోతయి. ఆడవాళ్ళు, పిల్లలు "బే" అంటారు. తమ హృదయాలు మాత్రం కరగవు. ఎందుకు కరగాలి? ఒక్కొక్కరిని నిలబెట్టి దోపిడి చేస్తారు, ఎవరయినా 'ఎదురు తిరిగితే యిష్టం వచ్చినట్లు తన్నొచ్చు.' అడిగే వాళ్ళుండరు. ఎక్కడ తమ గౌరవానికి భంగం వస్తుందో అని భయపడవలసిన పని లేదు. తాను ఆ మహారణ్యానికి కంటక కిరీటధారి - ప్రస్థానభేరి!

2

రోడ్డుమీద నడుస్తున్న సీతారామారావు బిగ్గరగా నవ్వుకున్నాడు, ఈ ఆలోచన అతనికి అమితానందాన్నిచ్చింది. సంఘంలో వున్న కట్టుబాట్లు, నియమాలు, ఆచారాలు, న్యాయశాస్త్రాలు- ఏమీ లేకుండా వుండటం అతనికి హాయిగా ఉంది. ఇంకా ఆలోచించాడు.

నిలువుదోపిడీ అయిం తర్వాత అతనికి ఒక పని చెయ్య బుద్ధి అయింది. ఆ బళ్ళలో మంచి వయసువున్న పిల్ల ఒకతె వుంటుంది. ఆ పిల్ల అందరికి మల్లే వుండదు. అతి నిర్మలంగా, కోమలంగా ఉంటుంది. కాని ఆ పిల్ల కూడా

భయపడుతూ, వొణికిపోతూ, కన్నీరు కారుస్తూ ఉంటుంది. దూరంగా ఒక చెట్టుకింద నిలబడి వుంటుంది. తను ఆమెను చూస్తాడు. దగ్గరకు వెళ్తాడు. ఆమెను ఒక్కసారి నఖశిఖ పర్యంతం చూస్తాడు ఆమె రెపరెప కొట్టుకుంటూ వుంటుంది. తన వైఖరిని చూచి మానభంగం అయిందే అనుకుంటుంది. మానభంగాన్ని గూర్చి అనేక ఊహలు ఊహించుకుంటుంది. అనేక కథలు– తాను విన్నవి– జ్ఞాపకం తెచ్చు కుంటుంది. ఆ ఊహలవల్ల ఆమెకు ఎదురుతిరిగి శరీరం అందుకు సిద్ధపడుతుంది. నరాలు సడలుతయి. శరీరం పాకానికి వొస్తుంది. రక్షించమని పట్టుకుంటుంది.

"ఊరుకో" అంటాడు తను. ఆమెకు ఆ ధ్వని మేఘగర్జనలాగు వినబడుతుంది. ఏ క్షణం ఏం జరుగుతుందో అని ఆపేక్షగా ఉపేక్షిస్తూ వుంటుంది– పింఛం విప్పుకొని.

తను ఏమీ చెయ్యడు. 'జావ్' అంటాడు. తన అనుచరులు అంతా చెట్లచాటుకు వెళ్ళిపోతారు. మానభంగాన్ని గురించి అనేక రకాల వూహలను వూహించుకున్న ఆమెకు, భయంతో అనేక దృశ్యాలను కలలు కన్న ఆ పిల్లకు ఏమీ జరక్కపోయేటప్పటికి ఆశాభంగం అవుతుంది. తీవ్రమైన ఆవేదన బయలుదేరుతుంది. దస్సిపోయి కూలబడుతుంది. ఇంత జరిగిన తర్వాత జన్మజన్మలకూ తన్ను మరచి పోగలుగుతుందా ఆ పిల్ల? మరచిపోలేదు.

అతని ఆలోచన ఆగిపోయింది. ఎక్కడికి వెళ్తున్నాడు తను! చుట్టూ చూశాడు. రామయ్యతాత యిల్లు దగ్గరలో వుంది. అతనికి రామయ్యతాత దగ్గరకు వెళ్ళ బుద్ధి అయింది. అతను ఇప్పుడు ఏం చేస్తూ వుంటాడు?

* * *

అతను వెళ్ళేటప్పటికి రామయ్యతాత మనుమడితో ఆడుకుంటున్నాడు. మనుమడు వీపు మీద ఎక్కి "గుళ్ళం గుళ్ళం చల్ చల్" అంటున్నాడు.

అంత పెద్దవాడు పసిపిల్లవాడికి మల్లే ప్రవర్తించడం, తన్ను తాను మరచిపోయి, తన వయస్సు మరచిపోయి, తన భావాలు మరచిపోయి తనూ పిల్లవాడికిమల్లే ఆడుకోవటం అతనికి ఏమీ బాగా లేదు. ప్రపంచం ఇంత క్షోభపడుతుంటే రామయ్యతాత శాంతంగా కాలం గడపటం అతనికి అసహ్యం వేసింది. ఆ క్షణం రామయ్యతాత అతని కళ్ళకు మరుగుజ్జుగా, మట్టిపిడచగా, మర్యాద రామన్నగా కనిపించాడు.

రామయ్యతాత అతన్ని చూచి, పిల్లవాణ్ణి దించి, "ఈ జీవితం వుంది చూశావూ..." అని ఉపన్యాసం మొదలుపెట్టాడు.

సీతారామారావుకు వొళ్ళు మండింది. ఈ గుర్రమా తనకు నీతులు ఉపదేశించేది! జీవితాన్ని గురించి వ్యాఖ్యానం చేసేది! ఈ గుర్రానికి రా వొత్తుకూడా లేదే, తనకు తోడు ఇంకొకళ్ళకి హితోపదేశం కూడానా!

"ఆ చూశాను. చూడకేం? పిచ్చివాడి రూపం ధరించి ముడ్డిమీద తంతూ వుంది" అన్నాడు.

ఈ మాటకు రామయ్యతాత ఉలిక్కిపడ్డాడు. సీతారామారావుని నిశితంగా పరిశీలిస్తూ, "అందర్నీ తంతూనేవుంది బాబూ. కాని, ఎంత తన్నినా కొంతమందికి బుద్ధి రాదు" అన్నాడు.

అతనికి అకస్మాత్తుగా తన భార్యను కొట్టినందుకు ఎత్తిపొడుస్తున్నా డనిపించింది. ఇతనికి అప్పుడే ఎట్లా తెలిసింది? తెలిస్తే మాత్రం ఇతనెవ్వరు తన్ను ఎత్తిపొడవటానికి? అతన్ని ఏదో వొకవిధంగా అవమాన పరచాలని బుద్ధి కలిగింది. "రామయ్యతాతా – వీడు నీ కూతురు బిడ్డేగా!" అని అడిగాడు.

"అవును బాబూ" అన్నాడు.

"ఒక్కసారి నీ కూతురుబిడ్డ ముక్కు తుడువు తాతా! చూడాలని వుంది. నువ్వు ఆ పనిచేస్తే చూచి చచ్చిపోవాలని వుంది" అన్నాడు సీతారామారావు.

రామయ్యతాత అతన్ని పరీక్షగా చూశాడు. ఇట్లా అన్నాడు! "చావదలచిన వాళ్ళకి కోర్కెలు వుండటం మంచిది కాదు బాబూ! కోర్కెలు వున్నవాడు చావటానికి అర్హుడు కాడు. చావు బ్రతుకులు రెండూ సమాన దృష్టిలో చూడగలిగినవాడే ఏ పనైనా చెయ్యగలుగుతాడు. చస్తాను చస్తాను అని బెదిరించి, భయపెట్టి, సంఘదృష్టినీ, సానుభూతినీ సంపాదించదలచినవాడు చావలేడు బాబూ!" అన్నాడు.

"మరి నువ్వెందుకు బతుకుతున్నట్టు తాతా? నీకేమి కోర్కెల్లేవుగా. మనుమడి ముక్కు తుడవటానికా?" అని అడిగాడు. అతనికి ఎందుకనో రామయ్యతాతని చూస్తున్న కొద్దీ కోపం ఎక్కువ అవుతున్నది. గిల్లికజ్జా పెట్టుకుని కిందపడేసి డొక్కలో తన్నాలనిపిస్తూంది... "అయితే తాతా రాములవారు భగవంతుడే అయినప్పటికీ అనేక తప్పులు చెయ్యటానికి కారణం ఏమంటావు? మానవుడుగా వున్నంతకాలం మానవ మాత్రుడిలాగే ప్రవర్తించాలని కాదూ నువ్వు చెప్పేది? ఎంత తెలివిగలవాడైనా పరిస్థితులకు మించిన తెలివి చూపించగూడదు. తన తెలివిని పరిస్థితులకు సమన్వయం చెయ్యగలగటమే గొప్పవాని లక్షణం... అంతేకాదూ– మొన్న నువ్వు నాకు చెప్పింది?" అని అడిగాడు.

అతను ఏదోవిధంగా తగాదా పెట్టుకోడానికి ప్రయత్నిస్తున్నాడని తాత గ్రహించాడు. సంభాషణ పెంచకూడదనుకొని తల వూపాడు.

"ఇక నా భార్యను కొట్టడంలో తప్పేముంది తాతా! నా భార్యని కొట్టటం తప్పని నాకు తెలుసు. ఆమె తప్పేమీ లేదనీ, నా మనోవికారమే కారణమనీ నాకు తెలుసు. తెలిసినప్పటికీ మానవులు చేసేపనే నేనూ చేశాను. నా ఆలోచనలు నీవు అన్నట్లు పరిస్థితులకు అతీతంగా వుండకుండా చూచుకున్నాను తాతా! తాతా–రాములవారు సీతాదేవిని చితి ఎక్కించటానికి, మహారణ్యాల పాలు చెయ్యటానికి కారణం ఇదేగా తాతా, నేను కూడా అవతార పురుషుణ్ని కాదు కదా?" అని అడిగాడు.

రామయ్యతాత కొంతసేపు ఏమీ మాట్లాడలేదు. ఏదో తీవ్రంగా ఆలోచిస్తున్నట్లు కనపడ్డాడు. క్షణక్షణానికీ ముఖ కవళికలు మారుతున్నాయ్, కళ్ళు ఎరుపెక్కినయ్, కనుబొమ్మలు ముడిపడినయ్, కొంతసేపు అయింతర్వాత, సీతారామారావుని గుచ్చి చూస్తూ– "నా మనుమరాలిని కొట్టావా బాబూ?" అని అడిగాడు. అతని గొంతులో సహజంగా వుండే మార్దవం, చూపులలో సహజంగా వుండే సానుభూతి ఇప్పుడు లేవు.

"అవును తాతా!" అన్నాడు సీతారామారావు. "పెద్దలు నడిచిన దారినే నడిచాను. ఆ శ్రీరామచంద్రమూర్తే నా కాదర్శం..." అన్నాడు చిరునవ్వు నవ్వుతూ. తాత ఉడుకుతున్నాడని, ఇంకా ఉడికించాలని అభిలాష కలిగింది. దేనికీ తొణకని తాతని– కదిలించి, కోపం తెప్పించి, అతనిలోని సామాన్య మానవుని లక్షణాలను చూడటం అతనికి ఆ క్షణం ఆనందాన్నిస్తూ వుంది.

తాత కళ్లు చింతనిప్పులయినయ్. "మూర్ఖుడా! శ్రీరామచంద్రమూర్తితో పోల్చుకుంటున్నావా!" అన్నాడు.

సీతారామారావుకి తాత ఉగ్రనరసింహమూర్తిగా కనుపించాడు. ఇందాకటి నుంచీ నిప్పుతో చెలగాటమాడుతున్నట్లు అప్పుడతనికి బోధపడింది. తాత తను అర్థం చేసుకున్న తాత కాదు. ఇన్నాళ్ళూ ఆయనతో తను కలసి మెలసి వుంటున్నా, అనేక విషయాలు మాట్లాడుతున్నా, తాతని అర్థం చేసుకోలేదు. తాతలో తాను ఎన్నడూ వూహించి ఎరగని కొత్తమనిషి కనబడేటప్పటికి అతనికి భయం వేసింది.

"గొప్పవాళ్ళని ఆదర్శంగా పెట్టుకొని, వాళ్ళకిమల్లే ప్రవర్తించటానికి నువ్వు ఎన్నడూ ప్రయత్నించలేదు. పైగా నీ దుర్మార్గాలను, అవినీతి ప్రవర్తనను, నీ నీచ స్వభావాన్ని సమర్థించుకోడానికి వాళ్ళలో నీ రూపాన్నే చూస్తున్నావు. మహనీయుల్ని

నీ స్థితికి గుంజి తృప్తిపడుతున్నావు. రామచంద్రమూర్తి భార్యను కష్టపెట్టిందీ, నీవు నీ భార్యను హింసించిందీ ఒక్కటేనా నీచుడా? రామచంద్రమూర్తి సీతమ్మతల్లిని ఎందుకు చితి ఎక్కించాడు? ఎందుకు మహారణ్యాలకు పంపాడు? ఒక ఆదర్శం కోసం. తన ఆదర్శాన్ని త్యజించటమా, భార్యను త్యజించటమా అనే విషమ సమస్య వొచ్చినప్పుడు శ్రీరామచంద్రమూర్తి భార్యను త్యజించి ఆదర్శప్రాయుడైనాడు. మరి నీవో! ఏ ఆదర్శంతో నీ భార్యను హింసిస్తున్నావు? లోకకళ్యాణం కోసమా? శారీరక తృప్తికోసం, పశువాంఛను తీర్చుకోటానికీ, నీ అసమర్థతను కప్పిపుచ్చుకోటానికీ చేస్తున్నావు.

ఇంకా సిగ్గులేక నీ దుర్మార్గాన్ని కప్పిపుచ్చుకోటానికి కారణాలు వెతుకుతున్నావా- మూర్ఖుడా? తను చేసిన తప్పుకి పశ్చాత్తాప పడేవాళ్ళకి ముక్తి వుంది గాని, దాన్ని సమర్థించుకోటానికి కారణాలు వెతికే నీచులకు ముక్తి లేదు. చివరికి నీ చదువు, నీ తెలివి ఇందుకు, ఈ దుర్మార్గానికి రంగుపూసి లోకాన్ని మోసంచేసి బ్రతికేందుకు ఉపయోగపడుతూ వున్నాయా? నీ అంతం దగ్గరకు వొచ్చింది.

నీ ముత్తాత తాతతో ప్రారంభం అయిన ఈ నాటకం ఆఖరి అంకం నీతో ప్రారంభం అయింది. ప్రస్తుతం ఆఖరి ఘట్టం జరుగుతూ వుంది. తెర ఏ క్షణం పడినా పడొచ్చు.

నీ వంశం ఇట్లా అంతమొందుతుందనీ, ఇంత నీచస్థితికి వస్తుందనీ నేను ఎప్పుడూ అనుకోలేదు. నీ వంశ చరిత్ర అంతా నేను ఎరుగుదును. నీ తాత, నీ తండ్రీ అందర్నీ నేను ఎరుగుదును. అంతా ఒక్కటే రకం. ఒక్కడయినా బుద్ధిగలవాడు పుట్టకపోతాడా అని ఆశపడుతూ వుండేది. నేటితో ఆ ఆశ తీరిపోయింది...” అన్నాడు.

“అయితే మేము తెలివి తక్కువ వాళ్ళం అంటావా తాతా?” అని అడిగాడు సీతారామారావు.

“ఇప్పుడు ఆ విషయం అప్రస్తుతం” అన్నాడు రామయ్యతాత.

“సరే-నువ్వు తెలివిగలవాడవయి ఉద్ధరించిన ఉద్ధరింపు ఏమిటో కొంచెం చెపుతావా? నీ తండ్రి ఇచ్చిన ఆస్థి ఆస్థిగానే ఉంచి అయివేజు మీద బతుకుతున్నానంటావు. అదేనా? మనుమడికి గుర్రానివై కళ్ళెం కావాలని కోరుకోటమేనా నీ గొప్పతనం? రామయ్యతాతా! నువ్వు అంటే ఏమిటో అనుకున్నాగాని నువ్వు మాలాంటివాడివే!”

"నోరుముయ్!"

"నేనే లోకాన్ని తాతా. నా నోరు మూతపడదు. ఆచంద్రతారార్కం గణగణ మోగుతూనే వుంటుంది."

"ఇక్కడనుంచి బయటకు వెళ్తావా? గెంటించమంటావా?"

"అనుకుంటాంగాని గెంటేవాడొకడూ, గెంటించుకునేవాడు వొకడూ వున్నామా తాతా? గెంటించేవాడే గెంటించుకుంటున్నాడు. గెంటించుకునేవాడే గెంటుతున్నాడు, ఈ వేదాంతం ఎట్లావుంది తాతా? చమ్మగా వుందా?"

"నీకేమన్నా పిచ్చెక్కిందా?"

"ఏమిటి తాతా!"

"నీకు పిచ్చా?"

"ఆఁ ఏమిటీ?"

"నువ్వు పిచ్చివాడివి!"

"నేను పిచ్చివాణ్ణా?"

"ఆఁ అవును. ముమ్మాటికీ!"

"పిచ్చివాడెవ్వడు?"

"నువ్వే"

"పిచ్చి అంటే ఏమిటి?"

"ఇదే!"

"నేను.... పిచ్చివాణ్ణా తాతా?"

"అవును, ఇవ్వాళే పిచ్చివాడవని నీ భార్యతో పిటీషన్ పెట్టిస్తాను. నీ భార్యా పిల్లల్ని నీ నుంచి రక్షించటం కంటే ఇక చేసేది ఏమీ లేదు" అన్నాడు రామయ్యతాత.

తాను పిచ్చివాడా? అనేక విషయాలు ఆలోచించాడు గాని ఈ విషయం ఎప్పుడూ ఆలోచించలేదు. పిచ్చివాళ్ళు ఏం చేస్తారు? అట్లాగే ఆలోచిస్తారా? పిచ్చివాళ్ళు తాము పిచ్చివాళ్లో, కాదో చర్చించుకుంటారా? అసలు పిచ్చి అంటే ఏమిటి? మేం పిచ్చివాళ్ళం కాదు అని కూడా చెప్పబుద్ధి అవుతుంది కామాలు పిచ్చివాళ్ళకి.

"పిచ్చిమాటలు మాట్లాడతావే తాతా?"

"వెళ్ళు.... బయటకు వెళ్లు... పద...." అంటున్నాడు తాత.

"నాకేం పిచ్చి తాతా, పిచ్చివాళ్ళకి పిచ్చిగాని?"

రామయ్యతాతని కోపంగా చూట్టానికి ప్రయత్నించాడు. కాని అతని చూపులు నిలవటం లేదు. రామయ్యతాత ఉండ్రాళ్లు తిని పొట్ట సవరించుకుంటున్న వినాయకుడికిమల్లే కనిపించాడు.

"ఎలిక ఏది తాతా?" అని అడిగాడు. వినాయకుడి పొట్టలో పొడిస్తే ఎన్ని ఉండ్రాళ్ళు వుంటయ్యో! తాను చిన్నప్పుడు ఒకసారి క్వారీ తిరునాళ్ళకు వెళ్ళాడు. తిరుమాలిగ అంటే ఏమిటి? కత్తితో రామయ్యతాత పొట్ట రెండుగా కోస్తే!

రామయ్యతాత బయటకు వెడుతున్నాడు.

"ఉండు తాతా..."

రామయ్యతాత మనుమడి చేతిలో కత్తి వుంది. కత్తిపీటతో దోసకాయలూ, కత్తితో పొట్టలూ కోస్తారు. ఆ కత్తి తనకు కావాలి. చెయ్యి జాపాడు. ఎంత జాపినా అందటం లేదు.

"తాతో! రామయ్యతాతో!"

ఏమిటి రామయ్యతాత అంటున్నాడు. అదేమిటి? మనుమడి చేతిలో కత్తి అతని చేతులోకి ఎట్లా వొచ్చింది. పొడుస్తాడా ఏమిటి?

"ఓరి పిచ్చి వెధవా?" అన్నాడు. గిరుక్కున తిరిగి బయటకు పరుగెత్తాడు సీతారామారావు.

రామయ్యతాత ఒక్క నిట్టూర్పు విడిచి దీర్ఘంగా ఆలోచిస్తూ కూర్చున్నాడు. మనుమడు 'కల్లెంలేని గుల్లం' అన్నాడు.

3

సీతారామారావు బజార్న పడ్డాడు. అతనికి బజార్న పడ్డట్టు తెలుసు. తనకు గమ్యస్థానం లేనట్టు తెలుసు. బజారు వెళ్ళటం అవసరం అని తెలుసు. కాని తన ప్రమేయం లేనట్టుగా కాళ్ళు మోసుకుపోతున్నాయి. "ఆలోచిస్తున్నది తలలోవున్న మెదడు, నడుస్తున్నవి కాళ్ళు, మెదడు చెప్పినట్లు చెయ్యాలని ఎక్కడుంది?" అని అనుకున్నాడు. అతని అవయవాలకు సంపూర్ణ స్వాతంత్ర్యం వొచ్చింది. దేని ఇష్టం

దానిదే. ఒక దానిమీద ఒకదానికి పెత్తనం లేదు. మెదడు దారిన మెదడు ఆలోచిస్తూంది. చేతులుదారిన చేతులు వూగుతున్నాయి. కళ్ళదారిన కళ్ళు చూస్తున్నయ్. తన ప్రమేయం లేకుండా, ఆజ్ఞలకోసం తన్ను బాధపెట్టకుండా, ప్రతి చిన్న విషయానికీ తన్ను ఆలోచించేటట్లు చెయ్యకుండా వేటిపని అవి చేసుకుపోతుంటే అతనికి హాయిగా వుంది. పైకిమాత్రం ఇదివరక్కంటే- గబగబా నడవటంకంటే ఎక్కువ మార్పేమీ కనబట్టం లేదు.

"ఎక్కడికి?" అని అడిగాడొక పరిచయస్తుడు.

"కాళ్ళ నడుగు. నాకు తెలుసా ఏమిటి చెప్పటానికి?" అన్నాడు ఆగకుండా నడుస్తూనే. అతను ఆగుదామని ప్రయత్నించాడు. కాని కాళ్ళు అతని మాట వినలేదు. ఒడ్డుకు చేరాలని ప్రయత్నిస్తూనే ప్రవాహవేగంలో కొట్టుకుపోతున్న వాడికిమల్లే కనిపిస్తున్నాడు.

"ఎక్కడా కనపట్టంలేదే!" అని అడిగారు ఒకరు.

"బ్రేకుల్లేవు, నన్నేం చెయ్యమంటావు?" అని ఎదురు అడిగాడు, ఎత్తుమీద నుంచి పల్లానికి దిగే సైకిలుకుమల్లే వెళ్తున్నాడు. ఎదురుగా వొస్తున్న మనిషితో 'పోతున్నాను' అని చెప్పాడు ఆగకుండానే.

రోడ్డు ప్రక్కన పిల్లలు బిళ్ళంగోడు ఆడుకుంటున్నారు. ఒక కుర్రాడు "మున్నాంచి" అని కేకవేశాడు.

అతడు నడుస్తూనే "ఎన్నాంచి?" అని రోడ్డుమీదనుంచి బిగ్గరగా కేకవేశాడు.

అతని కాలికి ఏదో తగిలింది. టక్కున ఆగిపోయాడు. చూచాడు మసిబొగ్గు! ఒంటరిగా దిక్కూ దివాణం లేకుండా పడివున్న ఆ మసిబొగ్గును చూస్తే అతనికి అలుసయింది. అటూ ఇటూ తన్నాడు. అది తను ఎటు తంతే అటు వెళ్ళింది. దాని అమాయకత్వానికి అతనికి నవ్వు వచ్చింది. చేత్తో తీసుకొని ఎగరవేసి పట్టుకుంటూ నడుస్తున్నాడు ఎంత ఎత్తుగా గిరాటు వేసినా అది మళ్ళీ తన దగ్గరకే వచ్చి పడుతూవుంది.

"సిగ్గులేదు. దీనికంటే భార్యే నయం!" అనుకున్నాడు.

కాని వెంటనే జాలి వేసింది. 'దెబ్బ తగిలిందా?' అని నిమిరి 'మా బుచ్చే' అని లాలించి ముద్దు పెట్టుకున్నాడు. పెదిమలతో ముద్దు పెట్టుకుంటే చేతులకు మసి అయింది. వెంటనే వూళ్ళోవున్న గోడలన్నీ తెల్లగా కనిపించినయ్. గోడలనిండా

మసిబొగ్గుతో బొమ్మలు గియ్యటం మొదలుపెట్టాడు. ఎక్కడ గీచినా కొద్ది మార్పులతో ఈ క్రింది బొమ్మే, అతనిచుట్టూ పిల్లలగుంపు పోగయింది. నా బొమ్మ రాయమంటే నా బొమ్మ రాయమని వెంటపడ్డారు.

"నేను రాయను"

"ఎందుకనోయ్?"

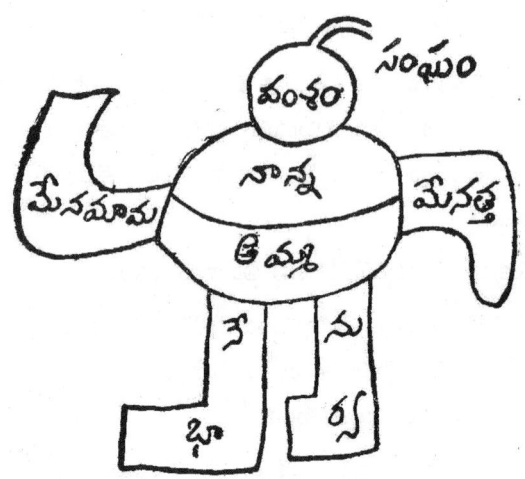

"పిల్లల బొమ్మలు నే రాయకేం? ఎవరి ముక్కుకి సూటిగా వాళ్ళు పొండి. అక్కడ రామయ్యతాత వుంటాడు. వాడికి కుంచెలాంటి తోక వుంటుంది. ఆ తోక నడగండి కుంచె రాస్తుంది... పొండి... ఊ..." అని పిల్లల్ని తరిమాడు.

నల్లకోటు వేసుకొని, జరీ తలపాగా ఒకటి చుట్టుకొని, చేతికర్ర పట్టుకొని ఒక పెద్దమనిషి ఠీవిగా తనముందు నడిచి వెళ్ళటం చూశాడు.

"ఏయ్ ఆగు" అన్నాడు.

ఆ పెద్దమనిషి కంగారుపడుతూ ఆగాడు. సీతారామారావు అతని దగ్గరగా వెళ్ళి భుజంమీద చేయ్యేసి "అది సరేగాని నువ్వు ఎందుకు పుట్టావో నీకు తెలుసా?" అని అడిగాడు.

ఆ పెద్దమనిషి అయోమయంగా చూస్తూ నుంచున్నాడు.

"పోనీ, ఆ సంగతి తెలియకపోతే పోయింది. ఎట్లా పుట్టావో ఆ సంగతి అయినా తెలుసా?" అని అడిగాడు.

పెద్దమనిషి కంగారుపడ్డాడు.

"మరి ఏం చూసుకొని ఈ డాబుసరి..." అని బిగ్గరగా నవ్వటం మొదలు పెట్టాడు సీతారామారావు.

ఆ పెద్దమనిషి తప్పించుకు వెళ్ళటానికి ప్రయత్నించాడు.

"నువ్వు గంగిరెద్దుకు మల్లే, చాకలివాని గాడిదకు మల్లే ఇన్ని గుడ్డలు కప్పుకున్నావే? మొన్న ఒకచీర అడిగిందని ఎందుకురా నీ భార్యను కొట్టింది? నీ భార్య నాకు చెల్లెలివంటిది గనక అడుగుతున్నాను. ఆడదాన్ని కొట్టటానికి నీకు చేతులెట్టా వొచ్చినయిరా?" అని అడిగాడు.

ఆ పెద్దమనిషి విదిలించుకొని వెనక్కి వెనక్కి తిరిగిచూస్తూ వెళ్ళిపోయాడు.

అతను ప్రక్కనున్న కాఫీహోటల్లోకి వెళ్ళాడు. ఫలహారంచేసి బల్లముందు కూర్చున్న ప్రొప్రయిటరు దగ్గరకు వచ్చి "ఎంత?" అని అడిగాడు.

"అయిదణాలు"

"పావలా ఇస్తే ఏమవుతుంది?"

అంతలావు పొప్రయిటరూ బెదిరిపోయి చూస్తూ కూర్చున్నాడు.

"అటు సూర్యుడు యిటు పొడుస్తాడా? మనదేశ ఆర్థిక విధానం తారుమారు అవుతుందా? ఆడవాళ్ళకు సమాన హక్కులు వొస్తయ్యా! స్వరాజ్యం రాకుండా పోతుందా? ఏమవుతుంది అంటావు?" అని అడిగాడు.

పొప్రయిటరు భయపడుతూ కూర్చున్నాడు. ఆ కొట్లో కాతావున్న న్యాయవాది పొప్రయిటరుకి జరుగుతున్న అన్యాయం సహించలేక తాగుతూ వున్న కాఫీ ఆపి "ఇవ్వవోయ్ మాట్లాడక" అన్నాడు.

సీతారామారావు ఆ న్యాయవాదిని జాలిగాచూచి, "వొరేయ్... నువ్వు న్యాయం చెప్పొచ్చావుగాని నువ్వు చేసేది అంతా న్యాయమేనటరా! నువ్వు ఇన్నిసార్లు కాఫీ తాగుతున్నావే. నీ భార్యకు ఒక్కసారన్నా జోడు ఇడ్లీ తీసుకువెళ్ళావా? పాపం వాళ్ళు మాత్రం మనుష్యులు కాదట్రా? వాళ్ళని మనతో సమానంగా చూచుకోకపోతే ఎట్లాగురా! చెప్పు... చెప్పరా నా తండ్రీ" అని బతిమాలుతూ కన్నీరు పెట్టుకొని "పాపం ఆమె కన్నవారి నందర్నీ వదులుకొని నువ్వే దేవుడవని అనుకొని, పరపురుషుల్ని దగ్గరకు చేరనివ్వకుండా బిగబట్టుకొని నీతో కాపరంచేస్తూ వుందే, ఆమెను నువ్విట్లా కష్టపెడితే ఎట్లాగురా? చెప్పరా నా తండ్రీ" అని గడ్డం పట్టుకొని బతిమాలాడు. చుట్టూ పోగయినవాళ్ళు తేరుకోకముందే బయటకు వచ్చి పోలీసు

నుంచునే దిమ్మమీద నుంచున్నాడు. అక్కడ నుంచునేటప్పటికి అతనికి ఇంగ్లీషులో ఉపన్యాసం ఇవ్వబుద్ధి అయింది. కాని తెలుగులో పాడాడు.

హరిహరీ ఈ ధరను గుణవతీ
ఆడదెవరో జూడర?
తెరువు: జూపే గురునిజేరి
పదము నొందిన దాడది
అత్తమామకు పూజచేసి
ప్రస్తుతించిన దాడది
ముత్తురాలయి అత్తమామల
మాట విననిది గాడిది
కుదురుగా భర్త మాటకు
ఎదురు చెప్పని దాడది
బెదురు ఎంతయు లేక పురుషుని
గిదుము చున్నది గాడిది
నిరతమును సద్గోష్టి కొరకై
వెతకు చుండెడి దాడది
భర్త గృహమున లేని యెడల
పరుగు లిడునది గాడిది
కామ క్రోధ లోభ మోహము
కట్టి వేసిన దాడది
ప్రేమతో విటకాంత్ర గూడను
తామసించును గాడిది
జన్మ పావన చేసికొనుటకు
ధ్యానముంచిన దాడది
తన్మయంబును బొందనేరక
తనువు మరువదు గాడిది
ఇంత సద్గుణ మభ్యసించిన
కాంతయే భువి నాడది
సంతసంబున యద్ల రామ
దాసుడిది యోచించెర గాడిదీ!

పాట పూర్తయేటప్పటికి జనం పోగయ్యారు. వాళ్ళను చూస్తే తను ఉపన్యాసం చెబితే వాళ్ళకు వినాలని వుందని అతనికి అనిపించింది. హరికథ చెపుదామా, బుర్రకథ చెపుదామా అని ఆలోచించి ఉపన్యాసం మొదలు పెట్టాడు–

"ఒరేయ్, నామాట వినండ్రా, నాకు పిచ్చెత్తిందని కొంతమంది చెపుతారు. ఆ మాట నమ్మకండి. మనకు అర్థంకాని వాళ్ళందరికీ పిచ్చెత్తిందనుకుంటే ఎట్లాగురా!

ఒరేయ్, ఈ ప్రపంచంలో మీరేదో చేద్దామనీ, చేస్తున్నామనీ అనుకుంటార్రా! ఏముందిరా ఈ ప్రపంచంలో చెయ్యడానికి! ఏమీలేదురా. నామాట నమ్మండ్రా. తండ్రుల్లారా!

మనకు ఏం చెబితే నచ్చుతుందో తెలుసుకొని, అది చెప్పి, దానికోసం పనిచెయ్యమని మనల్ని రేపి, పని చేయించుకుంటున్నార్రా. అంతేరా, అంతకంటే ఏమీ లేదురా. అంతా వొట్టి బూటకంరా నా తండ్రుల్లారా!

చూడండ్రా, మొదట్లో దేవుడు మనల్ని పుట్టించాడనీ, కాబట్టి వాడిలో ఐక్యం అవటానికి మనం ప్రయత్నించాలనీ చెప్పార్రా. మనం నమ్మాంరా. నమ్మి, అందుకు ప్రయత్నించాం. అప్పుడు వాళ్ళేం చేశారో విన్నారటరా. "దేవుడనేవాడు బయట లేడు మనుష్యుల్లోనే వున్నాడు. కాబట్టి మానవసేవ మాధవసేవ. మీరంతా మానవసేవే చెయ్యండి" అని చెప్పార్రా. మనం ఈ మాటకూడా నమ్మాంరా. నమ్మి మానవసేవ మొదలుపెట్టాంరా. దేవుణ్ని నమ్మినవాళ్ళందర్నీ తిట్టాంరా. పాపం నోటికి వచ్చిన తిట్లన్నీ తిట్టాం. మనం సత్యం తెలుసుకున్నామనీ వాళ్ళు తెలుసుకోలేదనీ అనుకున్నాంరా. కాని ఇట్లా చూచేటప్పటికి ఏమయిందో చూశారట్రా, "మానవులంతా ఒకటనుకునే సంఘంలో అనేక వర్గాలున్నాయి. ఈ వర్గాల కలహం వల్లే సంఘం అభివృద్ధి చెందుతూ వుంది. కాబట్టి ఆఖరు వర్గాన్ని వెనక వేసుకొని మిగిలిన వర్గాలతో వర్గ పోరాటం సాగించండి" అన్నార్రా. మనం యిదీ నమ్మాం. నమ్మి వర్గపోరాటం సాగించాం. మనుష్యుల్లో వున్న దేవుడు ఈ దెబ్బతో కనపడకుండా మాయం అయ్యాడురా. పోరాటం పోరాటం పోరాటం–పోరాటం మనలో మనకే పోరాటం. మనలో మనకే కొట్లాటలు. ఒకరంటే ఒకరికి ద్వేషం– విరోధం, అరెరే. ఎంత ఘోరం అయిపోయింద్రా నా తండ్రుల్లారా! ఇది ప్రపంచంగా లేదురా, కసాయి కొట్టుగా ఉందిరా.

ఈ దెబ్బతో సంఘసేవ కూడా ఎగిరిపోయిందిరా. సంఘం ఒకరకంగా పరిణామం చెందుతూ వుందట! దానికి మనం దోహదం ఇవ్వాలట! ఇంకేముందిరా నా తండ్రుల్లారా, కాల ప్రవాహానికి రాళ్ళూ, రప్పలూ అడ్డం లేకుండా బాగుచెయ్యటమేనటరా మన పని!

ఈ సంగతి కొంతమంది కనిపెట్టార్రా. కనిపెట్టి మానవునికి జ్ఞానం సంపాదించటం ఆదర్శం అని చెపుతున్నార్రా. వీళ్ళు హేతువాదం మీద ఆధారపడమంటార్రా, 'ఎందుకు?' 'ఎందుకు?' 'ఎందుకు?' 'ఎందుకు?' అని ప్రశ్నించుకోమని చెపుతార్రా. అన్ని ఎందుకు? వాళ్ళు జ్ఞానాన్నిబట్టి జవాబులు చెపుతారు. మనకున్న జ్ఞానాన్నిబట్టి మనము నమ్ముతాం.

కాని ఆఖరి 'ఎందుకు' జవాబు లేదురా నా తండ్రీ.

"జ్ఞానం ఎందుకు?"

జవాబు లేదు. లేకపోతే 'ఆనందానికి' అంటార్రా.

"ఆనందం ఎందుకు?"

జవాబు లేదురా నా తండ్రీ! ఎక్కడో ఒకచోట ఈ 'ఎందుకు' ఆగవలసిందేరా తండ్రుల్లారా!!

ఒరేయ్–లేని ఈ 'ఎందుకు' ఎందుకు సృష్టించారో మీకు తెలుసట్రా? ఎందుకో ఒకందుకని చెప్పకపోతే మనం పనిచెయ్యమని వాళ్ళ ఉద్దేశంరా. అంతేరా అంతకంటే ఏమీ లేదురా నా తండ్రీ!

తండ్రులారా, ఇవన్నీ అబద్ధాలేరా. అబద్ధాలు చెప్పి మనల్ని మోసం చేసిన పనులు చేయించుకుంటారట్రా వీళ్ళు. ఏమీ లేకపోతే మట్టుకు ఎందుకు పని చెయ్యంరా? ఏమీ లేనప్పుడు పనిచెయ్యకపోతే మాత్రం ఏంరా? నిజంగా ఏదన్నావుంటే క్షణం క్షణం ఇట్లా ఆదర్శం మారటానికి వీలుంటుందటరా. పైగా ఆదర్శం ఎప్పుడూ మారుతూనే ఉంటుందట! చూడండ్రా వాళ్ళ ధైర్యం–ఆదర్శం లేదని ఎంత చమత్కారంగా చెపుతున్నారో!

ఒరేయ్ మనం పుట్టటం నిజం. చావటం నిజం, మధ్యన బతకటం నిజం. పుట్టటం చావటం మనచేతుల్లో లేదురా. ఇక బతకటం ఒకటేరా మిగిలింది, బతకటానికి మనకు కావలసింది అన్నమేగదరా, మరి దీనికింత గొడవెందుకురా! నలుగురం కూడబలుక్కొని బతకలేమటరా? ఈ ప్రపంచంలో ఏమో వుందని మభ్యపెట్టి దానికోసం పోట్లాడుకు చచ్చేటట్లు చేస్తున్నార్రా. అంతకంటే ఏమీలేదురా తండ్రుల్లారా. మనం కొన్నాళ్ళు ఇక్కడ బతకాలి. ఎవరైనా అంతే. దీనికి కలహాలూ, రక్తపాతాలూ ఎందుకురా. ఎవరు కట్టుకుపోయేది ఏముందిరా. బతకండ్రా తండ్రుల్లారా, చచ్చేదాకా బతకండి."

అతడు ఉపన్యాసం ముగించాడు...

"వెళ్ళిపో" అన్నాడు పోలీసు.

"ఎక్కడికి!" అడిగాడు సీతారామారావు.

"వెళ్ళు"

"వెళ్తా- మళ్ళీ వొస్తా"

అతడు గబగబా దిమ్మె దిగి మళ్ళీ తిరగటం మొదలుపెట్టాడు. తిరిగి తిరిగి భోగంవాళ్ళ పేటకు వెళ్ళాడు.

4

భోగంవాళ్ళు ప్రత్యేకం ఒక పేట కట్టుకోవటం అతనికి విచిత్రంగా కనుపించింది. ఒకే వృత్తిలో వున్నవాళ్ళకి అంతా ఒకచోట వుండాలనిపిస్తుంది గామాలు - ఏ వృత్తిలోను లేని తనకు మల్లే! తన స్నేహితులకి మల్లే! ఎందుకనోగాని భోగంవాళ్ళకి, తనకు కొంత పోలిక ఉన్నట్లు కనిపించింది. ఇద్దరూ సంఘానికి పనికిరాకుండా పోయినవాళ్ళే. సంఘంలో వున్న కుళ్ళుతో భవంతులు కట్టించుకొని వాట్లల్లో నివసిస్తున్నవాళ్ళే కాని తమని చూస్తే ఎవరికీ జాలి కలుగదు. ఎగతాళిగా కూడా వుంటుంది.

ఒక భోగంది గుమ్మంలో నిలబడి విటునితో మాట్లాడుతున్నది.

సీతారామారావుకి వాళ్ళు ఏం మాట్లాడుకుంటున్నారో తెలుసుకోవాలని పించింది. గబగబా వాళ్ళ దగ్గరకు వెళ్ళి "ఏమిటే వాడితో నీవు మాట్లాడేదీ?" అని అడిగాడు.

వాళ్ళిద్దరూ ఒకళ్ళ మొహం ఒకళ్ళు చూచుకుంటూ నిలబడ్డారు.

"చెప్పవే నాకూ వినాలని వుందీ!"

"నీకనవసరం" అంది ఆ పిల్ల.

"అనవసరమా? సంఘంలో ఇద్దరు మాట్లాడుకునే మాటలు యిద్దరు ప్రవర్తించే ప్రవర్తన అందరికీ అవసరమే. తెలుసుకోవలసిన బాధ్యత అందరి మీదా ఉంది. సంఘం అంటే ఏమనుకున్నావు? అది చేనుకి కంచె, చేలో మంచె. అది ఒక పత్తేదారు. తనలోవుండే ప్రతి వ్యక్తి సంగతీ కనిపెడుతూ ఉంటుంది. తన మాట ప్రకారం ప్రవర్తించిన వాళ్ళను సుఖపెడుతుంది. తన మాట విననివాళ్ళని హింసిస్తుంది. తెలుసా?" అన్నాడు.

ఆ కుర్రవాడు ఈ మాటలు విని భయపడి మెదలకుండా వెళ్ళిపొయ్యాడు.

అతనికి కష్టం వేసింది. "ఎవరయినా ఇంతే. ఆపత్కాలంలో ఐపుండరు. డబ్బు తీసుకోవటం వల్ల మీరింత తేలికయ్యారు" అన్నాడు.

"మరి తిండిగడిచేదెట్లా?" అని అడిగిందా పిల్ల.

అతనికి ఆమెను చూస్తుంటే హృదయం జాలితో, ప్రేమతో నిండిపోయింది. తన ఇంటిముందునుంచి వూళ్లో మురికినంతా పోగుచేసుకొని నెమ్మదిగా, నిశ్శబ్దంగా, గర్భిణీ స్త్రీకిమల్లే పారే కాలువ జ్ఞాపక మొచ్చింది. ఆమెకు మనస్సులో నమస్కరించు కున్నాడు.

ఆమె ఇంట్లోకి రమ్మని పిలిచింది.

అతన్ని కూర్చోపెట్టి, తమలపాకులు తెచ్చి ముందుపెట్టి తను పక్కనే కూర్చుని చిలకలు చుట్టిస్తూ ఉంది. అతను తీసుకోబోతే "నేను తినిపిస్తా" అని వొక్కొక్కటీ నోటి కందించటం మొదలుపెట్టింది.

"నాకు డబ్బంటే వ్యామోహం లేదండీ" అంది.

"త్చ్ త్చ్ పాపం" అన్నాడు.

"నేనసలు భోగందాన్ని కానండీ."

"మహాపతివ్రతవా ఏమిటీ – కొంపతీసి?" అని లేవబొయ్యాడు తమ్మ వుమ్మి వెయ్యబొయ్యాడు.

"నేను చెబితే మీకు నవ్వులాటగా ఉంటుందిగదండీ. నే నసలు భోగందాన్ని కాను. నేనే చెపితే గొప్పకు చెబుతున్నానని అనుకుంటారు గాని, నేనసలు బాపన పిల్లని" అంది.

అతను నోరుతెరుచుకుని వింటున్నాడు. తమలపాకులతో ఎర్రబారిన అతని నోరు కాకిపిల్ల నోరుకుమల్లే లక్కచిట్టికిమల్లే ఉంది.

"నా తల్లిని ఒక బాపన కుర్రాడు మోసం చేశాడు. పెళ్ళి కాకముందే నేను పుట్టాను. నన్ను నా తల్లి భోగంవాళ్ళకు అమ్మేసింది. నేనీ వృత్తిలో ప్రవేశించనని ఎంత పోట్లాడాననుకున్నారు!" అని కన్నీరు పెట్టుకునేందుకు ప్రయత్నిస్తూ ఉంది.

"ఎందుకని? ఈ వృత్తిలో కష్టం ఏముంది?"

"అదేమిటండీ? మీరుకూడా అట్లా అంటారు? ఇంతకీ మేమంటే అందరికీ అంత చులకన" అని విచారంగా అన్నది.

"నీకు భార్యగా మారాలని వుందా ఏమిటి?"

"ఎప్పుడూ అదే అనుకుంటూ వుంటాను. ఎవరినయినా పెళ్ళి చేసుకొని హాయిగా కాలం గడపాలని వుంది. ఈ వృత్తి చాలా నీచమయిందండీ. నా గుణానికి బొత్తిగా సరిపడదు" అంది.

"ఏం నీ గుణం మంచిది కాదా?"

"అదేమిటండీ?"

"అయితే భార్యగావుండి నీకు పిల్లల్ని కూడా కనాలని వుందా?"

ఆమె సిగ్గు అభినయిస్తూ, చీరె జరీ అంచు చేతివేళ్లతో సర్దుకుంటూ "ఎంత చెడ్డా, మేం మాత్రం ఆడవాళ్ళం కాదుటండీ? ఏ ఆడదానికుండదండీ ఆ కోర్కె? మీరట్లా అంటారుగాని మేమూ అందరివంటి వాళ్ళమే..." అంది.

ఈ మాటకు సీతారామారావు ఉలిక్కిపడ్డాడు.

"మేమూ అందరివంటి వాళ్ళమే" అనుకోవటంలో, పై మెరుగుల్లో తప్ప, ప్రపంచంలో అందరూ ఒకటేనా ఏమిటి? అందుకనే కాబోలు ఉద్రేకం వొచ్చినప్పుడు అందరూ ఒకేరకంగా ప్రవర్తిస్తారు. ఆకలి వేసినప్పుడు, కోపం వొచ్చినప్పుడు, విచారం కలిగినప్పుడు, ప్రేమ సందర్భాల్లో అంతా ఒకేవిధంగా ప్రవర్తిస్తారు. భేదాలు పై పూతలోనే! పూత కరిగిపోతే అంతా ఒకటే సరుకు!

మనస్సులో ఈ ఆలోచనలు చెలరేగుతున్నాయి. కళ్ళతో ఆమెను తీక్షణంగా చూశాడు. మనస్సులో ఆలోచనలు కట్టుబడినయ్, అతని కళ్ళకు ఆమె ఒక్కక్షణం సూర్యారావుగా, ఒక్కక్షణం శాతవాహనుడుగా, ఒక్క క్షణం బాలకృష్ణుడుగా, ఒక్క క్షణం శివరావుగా, ఒక్క క్షణం తానుగా కనుపించింది.

ఆమె తల చుట్టూ తన స్నేహితుల తలలు తన తలలా గిర్రున తిరుగుతున్నయ్. తమ తలల మధ్యన వున్న ఆమె తల ఒక్కొక్కప్పుడు పగలబడి నవ్వుతున్నది. ఒక్కొక్కప్పుడు విరగబడి ఏడుస్తున్నది. తన తలలో సూర్యారావు తల ఇట్లా అన్నది.

సూర్యారావు తల: "మనం ఆంధ్రులం. ఆంధ్ర ప్రజానీకం, పంచ శిఖలం. మనం ఆంధ్రుల నుడికారం, ఆంధ్రుల సంస్కారం, ఆంధ్రుల ప్రతాపం, విజ్ఞానం, ఆంధ్రుల భండారం మనలో మూర్తీభవించినయ్.

ఈమె ఆంధ్రమాత, సాక్షాత్తూ ఆంధ్రమాత. మనలోవున్న గుణాలన్నీ ఈమెలో కరుడు కట్టినయ్. ఆంధ్రమాతను పూజించుదాం రండి, పువ్వులు తెండి. ఆంధ్రమాతా నీకు జోహారు."

శాతవాహనుని తల: "మనం మురికి కాలవలం. ఇది మహాసముద్రం. ఆంధ్రదేశంలో వున్న మురికి కాలవలన్నీ ఎప్పుడో ఈ మహాసముద్రంలో కలవవలసిందే! అందువల్ల ఆంధ్రులందరికీ ఇది పుణ్యతీర్థం. ఈ మురికి మహాసముద్రంలో జలక్రీడలాడదాం రండి. ఆంధ్రమహాజనులారా, ఆంధ్ర నుడికార ప్రియులారా! రండి. తీర్థం పుచ్చుకుపొండి."

బాలకృష్ణుని తల: "ఓ మహాజనులారా... మా నాన్న వున్నాడు చూశారూ, ఆయన- చెప్పనే చెప్పాడు..."

మిగిలిన తలలు: "నోరుముయ్. ఈ పవిత్ర స్థలములో మీ నాన్న పేరు ఉచ్చరించకు."

బాలకృష్ణుని తల: "నా మాట వినండి లేకపోతే మీ స్నేహం వదులుకొంటా, నేనే ఆంధ్రమాతనై కూర్చుంటా!"

మిగిలిన తలలు బెదిరి వూరుకున్నయ్.

బాలకృష్ణుని తల: "మా నాన్న వున్నాడు చూశారూ, ఆయన చెప్పనే చెప్పాడు- కలియుగంలో మురికి మహాసముద్రమే ఆంధ్రమాతయి కూర్చుంటుందని. ఆయన చెప్పినట్లే జరిగింది. ఈమె ఆంధ్రమాత, ఈ మన మాత ఆంధ్రదేశములో వున్న మురికినంతా తన అంకంలోకి తీసుకొని ఆంధ్రమాతగా ఉబ్బింది. మురికి వల్ల మొత్తం సంఘం పాడు గాకుండా, దానికీ ప్రత్యేక స్థలాన్ని నిర్ణయించారు మన పూర్వులు. శివుడు విషాన్ని తన కంఠంలో వుంచుకుని లోకాన్ని రక్షించినట్లు, ఈమె, ఈ మన మాత- మురికిని తన అంకంలో వుంచుకొని ఆంధ్రదేశాన్ని రక్షిస్తూ వుంది. ఈమెకు నా ధన్యవాదాలు."

శివరావు తల: "ఈమెను మాతా అంటున్నామని మీరు శంకిస్తున్నారేమో. అల్లాంటి శంక మీరు పెట్టుకోవద్దు. తల్లయినా, తండ్రయినా, కూతురయినా, భార్య అయినా, సోదరి అయినా, స్నేహితుడయినా, వీరందరినీ ప్రేమించడానికి కారణం సెక్సే! అసలు ఏ వస్తువునయినా ప్రేమించే శక్తినిచ్చేది సెక్సే! మానవుల్ని ప్రేమించడానికి, అన్నిటికీ సంఘాన్ని ప్రేమించడానికి, దేశాన్ని ప్రేమించడానికి కారణం సెక్సే. ఇటువంటి పవిత్రమైన వాంఛను మీరు దాచుకోగూడదు, తీర్చుకోటానికి వెనుకంజ వేయకూడదు."

ఈ మాటలు విని సీతారామారావు "ఓరి భగవంతుడా" అని ఒక్క అరుపు అరిచి బయటకు పరుగెత్తాడు. ఎక్కడా ఆగకుండా రోడ్డువెంబడి ముక్కుకు సూటిగా వెళ్తున్నాడు.

ఒక ఏనాదివాడు తాగి, తూలుతూ ఎదురుగుండా వొస్తున్నాడు. రాగాలు తీస్తున్నాడు. వాడి భార్య రెక్క పట్టుకొని తీసుకు వెళ్తూ వుంది. వాడు మధ్య మధ్య విదిలించుకొని "ఉండవే డోఖలే" అంటున్నాడు.

"తాగావట్రా?" అని అడిగాడు సీతారామారావు.

"సెప్పవే... దొరేందో అడుగుతున్నాడు..." అని అన్నాడు పెళ్ళాన్ని.

"నీకేం అయ్యా, తాగితే?" అంది రెక్కపట్టుకొని తీసుకువెళ్తూనే!

సీతారామారావుకి సంఘాన్ని తన్నబుద్ధి అయింది కాని ఎట్లా? ఈ సంఘానికి తలెక్కడ? తోక ఎక్కడ? ఉదరం ఎక్కడ? ఎట్లా తన్నేటట్టు?

ఆ రోడ్డు చివరిదాకా నడచివెళ్ళి మలుపు తిరిగాడు. రోడ్డు పక్కనే దేవాలయం వుంది. దానిముందు మీటింగు జరుగుతూ వుంది. జనం తండోపతండాలుగా వున్నారు. వాళ్ళను చూసేటప్పటికి ఇన్నాళ్ళనుంచి తాను వెతుకుతున్న సంఘం తనకు కనపడకుండా తప్పించుకున్న సంఘం అదే అనిపించింది. గబగబా జనం మధ్యకు వెళ్ళాడు.

వేదికమీద పరబ్రహ్మశాస్త్రి, నాగలింగం, రాంభొట్లు, విశ్వేశ్వరరావు, చైతన్యస్వామి కూర్చుని వున్నారు. వాళ్ళ మెడల్లో బండెడు పూలమాలలున్నయ్. ప్రజలు వాళ్ళను దేవతా ప్రతిమలను చూసినట్టు తన్మయత్వంతో రెప్పవేయకుండా చూస్తున్నారు.

వాళ్ళు ఒక్కొక్కళ్ళు లేస్తున్నారు. ఉపన్యాసాలిస్తున్నారు. ప్రజల్లో వున్న దారిద్ర్యం పోవాలంటున్నారు. అజ్ఞానం నశించాలి అంటున్నారు. ప్రజలు పడుతున్న కష్టాలకు కన్నీరు కారుస్తున్నారు.

వాళ్ళ ఉపన్యాసాలకు ప్రజలు పరవశత్వం పొంది. మాటిమాటికీ కరతాళ ధ్వనులు చేస్తున్నారు. జై లు కొడుతున్నారు.

సీతారామారావుకి ఆశ్చర్యం వేసింది. వాళ్ళ మెడల్లోవున్న పూల మాలలూ, వాళ్ళు కుర్చీల్లో కూర్చున్న వైఖరీ, ప్రజల కరతాళ ధ్వనులూ, వాళ్ళ ఆనందం- ఇవన్నీ అతన్ని కలవరపరిచాయి. అతనికి కంపరం కలిగించాయి.

వీళ్ళా ప్రజలకు నీతులు చెప్పేది! వీళ్ళు చేస్తున్న దురంతాలు, మోసాలు, అన్యాయాలు ప్రజలు అప్పుడే ఎట్లా మరచిపోయారు?

తమ ప్రవర్తనను మార్చుకోకుండా ప్రజలకు ధర్మోపన్యాసాలు చెప్పటానికి ఎట్లా సిగ్గులేదు?

అతను తుక తుక ఉడికిపోతున్నాడు. వేడి ఊర్పులు విడుస్తున్నాడు. హృదయంలో నుండి బయటకి రావటానికి ఏదో గిలగిల తన్నుకుంటూ వుంది.

నాగలింగం ఉపన్యాసం పూర్తిచేసి కూర్చున్నాడు. కరతాళధ్వనులు, జయ జయ ధ్వానాలూ మిన్నుముట్టినయ్, అధ్యక్షులు నెమ్మదిగా లేచి సవినయంగా "ఇంకెవరయినా మాట్లాడేవాళ్ళుంటే మాట్లాడవచ్చు" అన్నాడు.

"నేను మాట్లాడతాను" అని జనంలోనుంచి కేకవేశాడు సీతారామారావు. ఆ ధ్వనికి ప్రజలంతా నిశ్శబ్దపూరితులయ్యారు. ప్రజల దృష్టి అతనివైపుకు వొక్కసారి మరలింది.

అధ్యక్షులు "దయచేయండి" అన్నారు.

సీతారామారావు ప్రజల్ని నెట్టుకుంటూ వెళ్ళి వేదిక ఎక్కాడు. వేదికమీద వున్నవాళ్ళు ఇతన్ని ఎరిగినవాళ్ళే. సూర్యప్రకాశరావు తనకి తగ్గర బంధువు కూడాను.

అతని ఆకారం భయంకరంగా వుంది. శరీరం తూలిపోతూ వుంది. అతన్ని చూచి వేదికమీద వున్నవాళ్ళంతా గాభరాపడి, వాళ్ళల్లో వాళ్ళు గుసగుసలాడుకోవటం మొదలు పెట్టారు.

అతను జనాన్ని తీక్షణంగా చూస్తూ, "వీళ్ళా మీకు నీతులు వుపదేశించేది? వీళ్ళ మాటలు వింటానికా మీరింత తహతహలాడేది? వీళ్ళనా మీరు గౌరవించేది? వీళ్ళల్లో ఒక్కడు ఋజుమార్గాన బ్రతుకుతున్నవాడున్నాడూ? వీళ్ళంతా దుర్మార్గులు, ద్రోహులు, మోసగాళ్ళు, అవినీతిపరులు" అని బిగ్గరగా కేకలు వేశాడు.

ప్రజలు నిశ్చేష్టులై చూస్తూ కూర్చున్నారు. వేదికమీద కూర్చున్న నాయకులు బిక్కమొఖాలు వేసుకుని వొకరి మొఖాలు వొకరు చూచుకుంటున్నారు.

"ఇందులో మీకు నీతులు చెప్పదగ్గ వాడెవడు? ఈ పరబ్రహ్మశాస్త్రా? వీడు ఇందాక మీకు శీలాన్ని గురించి అద్భుతమయిన ఉపన్యాసాన్ని యిచ్చాడు. మీరంతా చప్పట్లు కొట్టారు. వీడు చేసే పనేమిటి? వీడి మరదలికి ఎందుకు పెళ్ళికాలేదో అడగండి! ఎప్పుడూ యితని యింట్లోనే ఎందుకు వుంటుందో అడగండి! ఈ నాగలింగాన్ని మీరు ఎరుగుదురా! ఎప్పుడూ తనకు టైపిస్టుగా మళయాళీ కుర్రవాణ్ణే ఎందుకు పెట్టుకుంటాడో అడగండి. ఎర్రగా సన్నగా మృదువుగా వుండే కుర్రవాళ్ళు తప్ప మిగిలినవాళ్ళు టైపుచెయ్యటానికి పనికిరారా? ఎవరూ లేనప్పుడు తన టైపిస్టు తల నిమురుతూ కూర్చోవటం ఎందుకు? అడగండి వీడికి చేనేత పరిశ్రమంటే ఎంత ఇష్టమో! ఈ రాంభొట్లు వాళ్ళమ్మ గొంతుపిసికి అరవై వేలు కాజేశాడు. ఈ విశ్వేశ్వర్రావు ఇంత పెద్దవాడు గదా! వీడికేమయినా బుద్ధి వుందీ!

మొన్న అభం శుభం తెలియని పది సంవత్సరాల పిల్లని తాయం పెడతా రమ్మని ఇంట్లోకి పిలిచి ఏం చేశాడు? ఒక నెలరోజులు మీరు ఆ విషయము ఆ గుబ్బుగా చెప్పుకుంటిరే, వీణ్ణి బహిష్కరించాలని తీర్మానించుకుంటిరే! అప్పుడే మరచిపొయ్యారా! ఇక ఈ సూర్యప్రకాశరావు సంగతి మీ అందరికీ తెలిసిందే! ధర్మసత్రం డబ్బు పదివేలు తిన్నాడు. వాళ్ళ ఇంటిపక్కన వున్న పాపయ్య ఇల్లు తాకట్టు పెట్టుకొని డబ్బు వడ్డీకి యిచ్చి ప్రస్తుతం అతని భార్యని వశం చేసుకున్నాడు. పాపయ్యకు తెలుసు. కాని తెలిసి ఏం చేస్తాడు? ఏమన్నా అంటే యిల్లు వేలం వేయిస్తానని బెదిరించాడు. ఇప్పుడా పాపయ్యకు పిచ్చెత్తింది. వీళ్ళా మీకు నీతులు చెప్పే ప్రవక్తలు! లోక కళ్యాణార్థం ధర్మోపన్యాసాలు చేసే త్యాగమూర్తులు! ప్రజలను ఉద్ధరించే నాయక శ్రేష్ఠులు."

అతను మాట్లాడుతూ వుంటే ప్రజలు నోళ్ళు తెరచుకొని వింటున్నారు. వేదికమీద ఉన్నవాళ్ళు కుంచుకు కుంచుకు పోతున్నారు. ఎవ్వరికీ ముందుకు రావటానికి ధైర్యం చాలటం లేదు. ఎవరికివాళ్ళు తమని గురించి ఏమంటాడో తమ రహస్యాలు ఏం బయటపెడతాడోనని ప్రాణాలు బిగపట్టుకు కూర్చున్నారు.

అధ్యక్షుడితో సూర్యప్రకాశరావు "తాగాడు, దింపండి, అట్లా చూస్తారేం?" అన్నాడు. కాని అధ్యక్షుడికి ఊపిరి సలపటం లేదు. సీతారామారావు మాట్లాడుతూనే ఉన్నాడు. ప్రజలలోనుండి "నీ సంగతేమిటో కూడా కాస్త చెప్పు" అని కేకవేశాడొకడు.

"నా సంగతేదయినా నేను మీకు నీతులు చెప్పటం లేదు. నేను ఆచరించని సిద్ధాంతాలను మీకు బోధించటం లేదు" అన్నాడు సీతారామారావు.

"మరి ఇందాకటి నుంచీ ఏడ్చిందేమిటి?" అని యింకొకడు కేకవేశాడు.

"మీకు నీతులు చెప్పే వాళ్ళను చూచి మోసపోవద్దని చెపుతున్నాను. వీళ్ళ కపట ప్రవర్తనను, వీళ్ళ నీచ స్వభావాలను మీకు ఎరుకపరుస్తున్నాను."

"అన్నీ ఏడ్పావులే దిగు" ప్రజల్లో గోల బయలుదేరింది. ఈలలు వెయ్యటం, వెకిలి నవ్వులు నవ్వటం, చప్పట్లు కొట్టటం ప్రారంభించారు.

సోడాబుడ్డి కీచుమంది.

అధ్యక్షుడికి ధైర్యమొచ్చింది. "ఇక కూర్చో" అన్నాడు భుజం పట్టుకు లాగుతూ.

సీతారామారావు విదిలించుకుని "ఇదిగో అధ్యక్షులవారి సంగతి సెపుతా వినండి. ఈయన స్వాములవారు గదా! శుద్ధచేతన స్వరూపం గదా! సర్వసంగ పరిత్యాగిగదా! ఈయన చేస్తున్న పనులేమిటో కొంచెం తెలుసుకోండి" అని బిగ్గరగా

అన్నాడు. చైతన్యస్వామి ముఖాన నెత్తురు లేకుండా పోయింది. ఆపట్నే కుర్చీలో చతికిలపడ్డాడు?

"చెప్పు చెప్పాల్సిందే" అని ప్రజలు కేకలు వేశారు.

"స్వాములవారు ఈ ప్రపంచం మిధ్య అని చెప్పుతారు. జీవితమంతా భగవంతుని జేరటానికై ప్రయత్నించాలని బోధచేస్తారు. కాని వీరేం చేస్తున్నారో అడగండి. ఈ బోధలు, ఈ నియమాలు తాము అనుసరించవలసిన అవసరం లేదంటారు. ఇవన్నీ అజ్ఞానులకోసం ఏర్పడ్డవి, కాని జ్ఞాని వీటికి అతీతుడు అంటారు. తాను జ్ఞాని కనుక ఏం చేసినా తప్పులేదనీ, తనకు అంటవనీ చెపుతారు.

ఒక కుర్రదాన్ని వేదాంతబోధ అని భర్త దగ్గరనుంచి లేపుకొచ్చాడు. అడగండి నా మాట అబద్ధమేమో! మొదట్లో ఆ పిల్ల అంగీకరించకపోతే 'తప్పేముంది, దురదపుడితే గోక్కోవడం లేదా!' అని బోధచేశాడు.

ఆ కుర్రది ఈ సిద్ధాంతాన్ని ఆచరణలో పెట్టింది. ఆశ్రమంలో నుంచి తరిమేశాడు. ఆ పిల్ల తిరిగి తిరిగి ఆత్మహత్య చేసుకుంది అడగండి నామాట అబద్ధమేమో!"

జనానికి ఈ విషయం వింటానికి ఆహ్లాదకరంగా వుంది. సంతోషంగా గోల చేస్తున్నారు. చైతన్యస్వామి బుసలు కొడుతున్నాడు. సీతారామారావు మాట్లాడుతూనే ఉన్నాడు.

"ఇక మీ సంగతి చెపుతాను. అసలు తప్పంతా మీదే- ఎవరేం చెప్పినా, చెప్పేది ఎవ్వరైనా వెర్రిమొహాలు వేసుకొని వింటూవుంటారు. మీకు బుద్ధి లేదు. మీరు గొర్రెలు. ఎవ్వరేం చెపుతున్నారా అనే ఆలోచనే మీకు లేదు. అహ్హహ్హ ఇహ్హిహ్హి అంటారు."

తన వెక్కిరింపు తనకే సంతోషం కలిగింది. ప్రజల్లో ఎక్కువమంది నవ్వుకున్నారుగాని కొంతమంది ముఖాలు మాడ్చుకుంటున్నారు. "పిచ్చెక్కింది" అని కొందరూ, "మదం దించాలి" అని కొందరూ అనుకుంటున్నారు. తమను మర్దించటం ఆగటంవల్ల వేదికమీదవున్న పెద్ద మనుషులకు కొంచెం ఊపిరి సలుపుతూ ఉంది. సూర్యప్రకాశరావు కోపంతో ఉపాయం ఆలోచిస్తున్నాడు.

"సంఘ సంస్కర్తల ప్రజాహిత జీవితానికీ, వ్యక్తిగత జీవితానికీ సంబంధం లేదు అనే మాటలు మీరు నమ్మకండి, మిమ్మల్ని మోసం చెయ్యటానికి చెప్పే మాటలవి. పెద్దవాళ్ళ వ్యక్తిగత జీవితాలను మీరు జాగ్రత్తగా పరిశీలిస్తూ వుండాలి, విమర్శిస్తూ వుండాలి, ఒక వ్యక్తి భావాలను, అభిరుచులను, అభిప్రాయాలను

నిర్ణయించేది వ్యక్తిగత జీవితమే అని మరచిపోకండి... మీరు అజ్ఞానులు, మూర్ఖులు, పిరికి పందలు..." అని ప్రజలను నోటికి వొచ్చినట్టు తిట్టటం మొదలుపెట్టాడు.

అవకాశం కోసం నిరీక్షిస్తున్న సూర్యప్రకాశరావు దిగ్గునలేచి, సీతారామారావుని ఒక పక్కకునెట్టి ప్రజలను ఉద్దేశించి, ఆవేశంతో.. "వీడు తాగుబోతు... హంతకుడు. వీడు మిమ్మల్ని ఇంత నీచంగా తిడుతూవుంటే మీరు ఎలా సహించి ఊరుకుంటున్నారు– మీరు ఆంధ్రమాత పుత్రులు కాదా? మీలో వున్న ఆంధ్ర రక్తం, ఆంధ్ర శౌర్యం, ఆంధ్రుల ప్రతాపం ఏమయినవి? అవమానం సహించి ఎలా ఊరుకోగలుగుతున్నారు?"

'తన్నండి', 'పొడవండి' అని బండబూతులు కూస్తూ వేదికమీదకు ఎక్కుతూ వుంది జనం

సీతారామారావు గబాలున బల్లమీదకు ఎక్కి కుర్చీ ఒకటి చేత్తో పైకెత్తి పట్టుకొని "రండి– నా వంటిమీద చెయ్యి పడిందా మీ ప్రాణం పోయిందే! ప్రాణాలకు ఆశవొదులుకున్న వాడెవ్వడో ముందుకు రండి–" అని గద్దించాడు.

అతని ఆకారం భయంకరంగా ఉంది. ఏపని చెయ్యటానికయినా వెనుతియ్యడని ముఖకవళికలు చెపుతున్నయ్. జనం ముందుకు రావటానికి భయపడింది. ఎవరికివాళ్ళు తమనే సంబోధిస్తున్నాడనుకున్నారు. ముందు దెబ్బ తమ మీదే పడుతుందనుకున్నారు. వెనకవాళ్ళు బండ బూతులు తిడుతూ ముందువాళ్ళని వేదిక దగ్గరకు తోస్తున్నారు. ముందువాళ్ళు మాత్రం నిగడదన్ని నుంచున్నారేగాని కదలటం లేదు.

అతడు అలాగే కుర్చీ చేత్తో ఎత్తిపట్టుకొని "రాకండి, ఒక్క అడుగు ముందుకు వేశారా తలలు పేలిపోతయ్" అన్నాడు. ప్రజలు భయపడుతూ ఉంటే అతనికి కసి ఎక్కువ అయింది. "మీరంతా ఒట్టి పిరికి వెధవలు, రారేం? నుంచున్నారేం... రండి..." అని అరిచాడు.

"తన్నండి చూస్తారే? వాడు దుర్మార్గుడు– భార్యనూ, పిల్లలనూ బాది బాది వొచ్చాడు. చూస్తూ ఊరుకుంటే ఏమైనా చేస్తాడు." అని జనంలోంచి ఎవ్వరో కేకవేశారు. ఆ గొంతు అతనికి బాగా పరిచయం అయిన గొంతుగా కనిపించింది. అటు చూశాడు రామయ్యతాత... జనాన్ని నెట్టుకుంటూ ముందుకు వొస్తున్నాడు. జనం అతన్ని అనుసరిస్తూ ఉంది–

"రామయ్యతాతా, నువ్వా! రా... నీ సంగతి ఒక్కటే ఇక మిగిలి వుంది. ఈ రామయ్యతాత ఉన్నాడు చూశారూ ఇంత ముసలివాడా?..."

"పడెయ్యండి..... పట్టుకోండి-" అని కేకవేశాడు రామయ్యతాత. చైతన్యస్వామికి ధైర్యం వొచ్చింది. సీతారామారావు నుంచున్న బల్ల పడదోశాడు. బల్లతోపాటు సీతారామారావు కిందపడ్డాడు. జనం విరుచుకు మీదపడింది.

"తన్నండి"

"కట్టిపడ వెయ్యండి"

"ఏం వదిరాట్రా"

"పెద్దల్ని తిడతాడా పబ్లిక్‌లో పట్టుకుని."

"పిచ్చిగాదురా. వాళ్ళకి వ్యక్తిగత తగాదాలున్నాయి. కసితీర్చుకోటానికి వాళ్ళని అవమానించటానికి ఇంతపని చేశాడు."

నోటికి వచ్చిన బూతులు కూశారు. తలొక తన్నూ తన్నారు. సీతారామారావుకి కదిలే ఓపిక లేదు. అలాగే మాట్లాడకుండా పడివున్నాడు. రామయ్యతాత దగ్గరకు వచ్చి పలకరించాడు.

"బాబూ... ఇప్పుడు ఎట్లా వుంది-"

"బాగానే ఉంది తాతా! నీ మనవడికి ఒక సహాయం చెయ్యవూ?"

"ఏమిటి బాబూ?"

"నీ మనుమరాలితో నన్ను క్షమించమని చెప్పు తాతా!"

"అదెప్పుడో క్షమించి వుంటుంది బాబూ"

"తాతా... ఇంకా నేను చేసిన తప్పేమిటో నాకు తెలియటం లేదు... ఇంతమంది చెయ్యని పాపం నేనేం చేశాను తాతా? నాకేమీ తెలియటం లేదు తాతా..."

"బాబూ, నీతో మాట్లాడాలి"

"వొద్దు తాతా... మాట్లాడి మాట్లాడి మొహం మొత్తింది."

"ఫరవాలేదు బాబూ, ఆ గన్నేరు చెట్టుక్రిందకు వెళ్దాం రా. తీరిగ్గా మాట్లాడుకుందాం."

5

అది గన్నేరు చెట్టు. రాత్రుళ్ళు నిద్రపోతుంది. అందుకని దాన్ని నిద్రగన్నేరు అంటారు. దాని ప్రక్కన చిన్న వంతెన వుంది. ఆ వంతెనకు ఎదురుగా పిల్లల బడి. దానికి కొంచెం దూరంలో ఒక ఆశ్రమం వున్నది.

ఆ గన్నేరు చెట్టుక్రింద కూర్చున్నారు రామయ్యతాతా, సీతారామారావూను. సీతారామారావు ఆ వంతెన మీదనుంచి వెళ్తున్న మనుష్యుల్నీ, బళ్ళనీ చూస్తున్నాడు. సూటు వేసుకొని టకటక నడుస్తూ ఒక ఉద్యోగి వెళ్ళాడు. పంచె ఎగగట్టి గంధం బొట్టు పెట్టుకొని ఏవో మంత్రాలు గొణుక్కుంటూ ఒక పురోహిత బ్రాహ్మణుడు వెళ్ళాడు. గోచి పెట్టుకొని ఒక ఎరికలవాడు పందులను "టుర్ టుర్" అని తోలుకుంటూ వెళ్ళాడు. ఒక కారు వెళ్ళింది. ఒక జట్కాబండి వెళ్ళింది. ఒక రెండెడ్ల బండి వెళ్ళింది.

వీటిని చూస్తూంటే సీతారామారావుకి ప్రపంచ స్వభావం – ఇన్నాళ్ళ నుంచీ దేనికోసం తాను వెతుకుతున్నాడో అది అర్థమయినట్లు అనిపించింది. అతను పశుదశను దాటి ఆధ్యాత్మికవాదంలోకి, ఆధ్యాత్మికవాదాన్ని దాటి భౌతికవాదంలోకీ సంఘం అభివృద్ధి చెందుతూ వుంది అనుకున్నాడు. అది నిజమే, కాని సంఘంలో ఈ మూడుదశలకు చెందిన వారు ఉంటున్నారు. ఒక వాదం మరొక వాదాన్ని రూపుమాపటం లేదు. వివిధ దశలకు సంబంధించిన కార్లూ, గుర్రాలూ, ఎడ్లబళ్ళూ అన్నీ సంఘంలో ఉంటూనే ఉన్నాయ్. అన్నిటి అవసరం ఉంటూనే వుంది. వేటి పని అవి చేసుకుపోతూనే ఉన్నాయ్. ఒకటివచ్చి రెండోదాని అవసరం లేకుండా చెయ్యటంగాని, నామరూపాలు లేకుండా చెయ్యటంగానీ లేదు – జరగటం లేదు. మానవసంఘం ఎన్నిదశలు దాటినా, ఎంత పరిణామం చెందినా, అన్ని దశలకు సంబంధించిన లక్షణాలూ ఎప్పటికప్పుడు సంఘంలో ఉంటూనే ఉన్నాయ్. ఈ అన్ని లక్షణాలనూ కలుపుకునే సంఘం వృద్ధి చెందుతూ వుంది.

అయితే ఒక దశనుంచి మరొక దశకు రావటం అంటే ఏమిటి? ఈ ప్రశ్నకు అతనికి వెంటనే జవాబు దొరకలేదు. కాని తనకేదో నూతనదృష్టి ఏర్పడుతూ వున్నట్లు అనిపించింది. కాని ఆలోచించ బుద్ధి పుట్టలేదు. అలాగే చూస్తూ కూర్చున్నాడు రామయ్యతాత.

నిమిషాలు గడిచిపోతున్నాయ్. రామయ్యతాత సీతారామారావుని తేరపార జూచి మెల్లగా మాటలు మొదలుపెట్టాడు.

"జ్ఞానం కావలసిందే బాబూ! జ్ఞానం లేకపోతే అభివృద్ధే వుండదు. మానవుడు ప్రకృతిలో భాగమే అవటంవల్ల జ్ఞానమే లేకపోతే ప్రకృతికి దాసుడుగానే ఉండేవాడు.

ప్రకృతినుంచి మానవుణ్ణి వేరుచేసింది జ్ఞానమే. ఈ జ్ఞానం వల్లే మానవుడు ప్రకృతిని విడిగా చూడగలుగుతున్నాడు. ప్రకృతి స్వభావాన్ని అర్థం చేసుకొని, దాన్ని లోబరచుకోగలుగుతున్నాడు. తన భవిష్యత్తుకి తానే కర్త అవుతున్నాడు. కాని జ్ఞానానికి రెండువైపులా పదును వుంది. జ్ఞానభాండారాన్ని ఎప్పటికప్పుడు నింపుకుంటూ వుంటేనే అది మానవుని అభివృద్ధికి ఉపయోగపడుతుంది. దానికి నిత్య నైవేద్యం అవసరం లేకపోతే ఎదురు తిరిగి తన్ను సృష్టించిన మానవ జాతినే సర్వనాశనం చేస్తుంది.

నీ దుర్గతికి ఇదే కారణం బాబూ! నీకు జ్ఞానం వుంది. ఇటీవల ప్రచారంలోకి వొచ్చిన సిద్ధాంతాన్ని అర్థం చేసుకున్నావు. కాని ఇప్పుడు పరిస్థితులు మారినయ్. ఆ సిద్ధాంతం ప్రచారంలోకి వొచ్చిన తర్వాత అనేక కొత్త విషయాలు అనుభవంలోకి వొస్తున్నయ్. అప్పుడు నీకున్న జ్ఞానం నూతన సమస్యల్ని పరిష్కరించటానికి సహాయపడటం లేదు. నీలో నిజమైన మానవత్వం, సక్రమమైన సంస్కారం వుంటే, నువ్వేమి చేసి వుండేవాడివో తెలుసా? నీ జ్ఞాన భాండాగారాన్ని క్రొత్త విషయాలతో నింపేవాడివి. ఇప్పటికున్న జ్ఞానంతో, సమస్యల వొత్తిడితో, కొత్త మార్గాన్ని అన్వేషించేవాడివి. సలక్షణంగా అభివృద్ధి చెంది లోక కళ్యాణార్థం పాటుపడే వాడివి.

కాని నువ్వలా చెయ్యలేదు. అలాచెయ్యక నీకున్న జ్ఞానంతో ఈనాటి సమస్యలు పరిష్కారం కావనీ తేల్చి, అనాదినుంచీ వొస్తున్న సిద్ధాంతాలన్నీ ఏవిధంగా తప్పో నిరూపించి, ఈ ప్రపంచంలో చేసేది ఏమీ లేదు! అని తేల్చావు.

నువ్వేమన్నా అనుకోగానీ, ఇందులో నువ్వు కొత్తగా కనిపెట్టిందీ, అద్భుతంగా నిరూపించిందీ ఏమీ లేదు బాబూ. పాత సిద్ధాంతాలన్నీ ఒకదాని తర్వాత ఒకటి అసంపూర్ణం అని తెలుసుకునే గదా ఎప్పటికప్పుడు మనం కొత్త సిద్ధాంతాన్ని కొత్త జ్ఞానాన్ని తెచ్చుకుంటూ వుంది. ఇక నువ్వు పాత సిద్ధాంతాలని తప్పు అని ఋజువు చెయ్య గలగటంలో ఆశ్చర్యంగానీ, గొప్పగానీ ఏముంది? అదేవిధంగా అనుభవంవల్ల ఇప్పుడున్న జ్ఞానంకూడా అసంపూర్ణం అని తెలుసుకునే స్థితికి రావడంలో కూడా ఆశ్చర్యం ఏమీ లేదు. మానవుడికి ఆ స్థితి కలగడం మంచిది కూడా. కాని ఈ స్థితి కొత్త మార్గాలను అన్వేషించటానికి కొత్త విషయాలను తెలుసుకోటానికి ప్రోత్సాహం ఇవ్వాలి. అలాకాక ఆ జ్ఞానాన్ని తన్ను తాను నాశనం చేసుకోటానికి ఉపయోగించే వ్యక్తి మానవుడు కాదు– పరమ కిరాతకుడు, ఘోర రాక్షసుడు.

బాబూ? ఇప్పుడు నీ మనస్సుని కలవరపెడుతున్న సంశయం ఏమిటో నాకు తెలుసు. 'తాతా' నాకు జ్ఞానం వుందని అంగీకరించావు గదా! మరి నేను ముందుకు

పోక వెనక్కి రావటానికి కారణం ఏమిటి?' అని అడగదలచుకున్నావు. చెపుతాను బాబూ, దానికి కూడా కారణం చెపుతాను.

జ్ఞానం ఒకటే మానవుని అభివృద్ధికి సహాయపడదు. దాన్ని సంఘశ్రేయస్సుకి ఉపయోగ పడేటట్టుచేసే మనస్తత్వం కూడా ఉండాలి. కత్తి వుంది. దాన్ని ఉపయోగించే ఉత్తమ సంస్కారం గలవాని చేతిలో పడితే సంఘ శ్రేయస్సుకి ఉపయోగపడుతుంది. లేకపోతే సర్వనాశనానికి ఉపయోగపడుతుంది. అధికారం వుంది. అదీ అంతే, జ్ఞానం కూడా అంతే!

నీకీ విషమావస్థ వొచ్చింది. ఈ విషమావస్థలో పడే ఇన్నాళ్ళూ నువ్వు దారీ, తెన్నూ లేకుండా కొట్టుకుంటున్నావు. నీవు కొద్దో గొప్పో జ్ఞానాన్ని సంపాదించావు. కాని జీవితపు లోతులు అనుభవంలోకి రాలేదు. జీవిత ప్రవాహం వొడ్డున నిలబడి పుస్తకజ్ఞానంతోనే తృప్తిపొందడంవల్ల జ్ఞానానికి తగిన మనస్తత్వం నీకు ఏర్పడ లేదు. అందువల్లే జ్ఞాన సముపార్జన దానంతట అదే నీకు ఆనందాన్నీ, తృప్తినీ ఇవ్వలేక పోయింది. జ్ఞాన సముపార్జనకు నీ ఆనందం కాక మరొక ఆధారం నీకు కావలసి వొచ్చింది. దానికోసం వెతికావు. వెతికావు, అహర్నిశలూ వెతికావు. నీకు అవసరమైన ఆధారం దొరికింది. నీకంటే తక్కువ జ్ఞానం కలవాళ్ళకు పట్టుగొమ్మలుగా పనికివొచ్చినవి నీకు పనికి రాలేదు. నీకు ఊతం ఇవ్వలేదు. నీ పట్టు తప్పింది, నీ జీవితానికే ఆధారం లేకుండా పోయింది. నీ పతనం ప్రారంభం అయింది. అడుగు తగిలే వరకూ వెళ్ళావు.

పోనీ అంతటితోనయినా ఆగావా? లేదు. ప్రపంచంలో ఏమీ లేదని చెప్పే నీక్కూడా నీ పతనాన్ని సమర్ధించుకోటానికి కారణాలు కావలసి వొచ్చినయ్. కారణాలు ఊహించావు. వెనక జరిగిందంతా తప్పే! ముందుకు ఆలోచించావు. జరగపొయ్యేదాంట్లో కూడా మానవుడు కోరదగినది ఏమీలేదని తేల్చివేశావు.

జ్ఞానానికి తగిన మనస్తత్వం లేకపోవడంవల్ల ఇంత దారుణమైన సంఘర్షణ. పతనం, బీభత్సం జరుగుతుంది గనకనే. సంఘాన్ని మెట్టు తర్వాత మెట్టు పైకి తీసుకువెళ్తున్నాం. పరిణామం కప్పదాట్లు వెయ్యదు అని చెపుతున్నాం.

మానవుడు తనకున్న జ్ఞానాన్ని బట్టి ముందుకు చూడగలడు. ఈనాటి సంఘంలో వున్న మంచీ, ఈనాటి సంఘంలోవున్న చెడుని నిర్మూలించే మంచీ కలిసి, వొచ్చే సంఘం ఏర్పడుతూ వుంది. దాన్నిబట్టే తరువాత యేం జరుగబోయేదీ కూడా ఊహించవచ్చు. కాని ఈ వూహలు యధాతథంగా జరగవు. ప్రకృతిశక్తుల్నీ, సంఘంలో వున్న శక్తుల్నీ, మానవునిలోవున్న శక్తుల్నీ మనం ఇంకా పూర్తిగా మన ఆధీనంలోకి తెచ్చుకోలేదు. మనకున్న అనుభవాన్ని బట్టి, మనకున్న జ్ఞానాన్ని బట్టి

ఒక ఆదర్శాన్ని పెట్టుకొని దాన్ని పొందటానికి కృషి చేస్తున్నాం. ఈ కృషిలో మనకు అనుకోని అడ్డంకులు అనేకం వొస్తయ్. మనకు తెలియని విషయాలు తెలుస్తయ్. వీటితో ఎప్పటికప్పుడు మన జ్ఞానకోశాన్ని నింపుకుంటాం. ఈవిధంగా క్షణక్షణం జ్ఞానం మారుతూవుండటంవల్ల ఎల్లప్పుడూ మన ఆదర్శం కూడా కొద్దో గొప్పో మారుతూనే వుంటుంది. కాబట్టి ఎంతో ముందుకు ఊహించి, నిక్కచ్చిగా ఇలా జరుగుతుందని తేల్చుకొని దాన్నిబట్టి మన జీవితాలను నిర్ణయించుకోవటం అర్థంలేని పని.

ఈవిధంగా ఊహించగలగటం నీ ప్రత్యేకత కాదు. అనేకమంది ఊహించగలరు. ఊహించారు. ఊహిస్తున్నారు. సంఘ పరిణామాన్ని గురించే నాకుండే ఊహలు నాకున్నాయ్. కాని ఈ ఊహలన్నిటినీ సంఘంమీద రుద్దడానికి నేను అంగీకరించను. ఎందుకో తెలుసా బాబూ?

మానవ మనస్తత్వం పరిపక్వ దశకు రానప్పుడు ఎటువంటి ఉత్తమ బీజమైనా వెర్రితలలే వేస్తుంది. రోగాన్ని బట్టి గదా ఔషధాన్ని నిర్ణయించవలసింది. అందుకని ఈ సంఘంలో వున్న మానవుడికి అనేక దశలు దాటింతర్వాత సంఘం ఎలా వుంటుందో చెప్పటం అసత్యం చెప్పటమేకాక అతని మనస్సుని చిందరవందర చెయ్యటం అవుతుంది. ఈనాటి సమస్యలమీద బుద్ధి నిలపకుండా చేస్తుంది. కాబట్టి వొచ్చేదశను గురించే చెపుతున్నాం. ఆ దశ ఎలా వచ్చేదీ చెపుతున్నాం. అబద్ధం చెపుతున్నామని నువ్వు విచారపడవలసిన అవసరం లేదు. అప్పటికది నిజమే. అనుభవంవల్ల ఆ జ్ఞానం అసంపూర్ణం అని తెలుసుకున్నప్పుడు మరి కొన్ని విషయాలను కలుపుకుంటున్నాము. అంతే బాబూ..... అంతే. అంతకంటే ఏం లేదు..... ఇప్పుడు వెనక్కి తిరిగి చూచి జరిగిందంతా మోసం అనీ, నీచార్థం కలిపించటం నీ మనస్తత్వాన్ని తెలియజేస్తుంది. అంతే... బాబూ... అంతే!"

రామయ్యతాత ఆగాడు. సీతారామారావుని పరీక్షగా చూశాడు. అతడు ఇంకా వంతెనవైపే చూస్తున్నాడు. జనం వంతెనమీద అటూ ఇటూ తిరుగుతున్నారు. తన చూపు మరల్చకుండానే ప్రశ్నించాడు సీతారామారావు "ఎందుకు? దేనికోసం ఈ మన ప్రయత్నం అంతా?"

"చెపుతా బాబూ, చెబుతా" అన్నాడు, రామయ్యతాత చెప్పటం మొదలు పెట్టాడు.

"ఏమిటి? ఎందుకు?" అనే ప్రశ్నలు ఎలా పుట్టినయ్యో ఎందుకు పుట్టినయ్యో తెలుసుకుంటేగాని సరైన జవాబులు దొరకవు బాబూ. అందుకని మొదటినుంచి మొదలు పెడతాను.

మానవుడు ఆలోచించడం మొదలుపెట్టినప్పుడు ఈ ప్రశ్నలు పుట్టినయ్. ప్రకృతి చర్యల్ని అర్థం చేసుకోటానికి సహాయపడినయ్.

అనేకసార్లు నీవు చెప్పినట్లు ప్రాణం నిర్నిమిత్తంగా పుట్టింది. ఒక ప్రయోజనాన్ని సాధించాలని రాలేదు. ప్రకృతికూడా అంతే. ప్రకృతి వుంది. దానికి కొన్ని నియమాలున్నాయి. ఆ నియమాలను బట్టి నడుస్తూ వుంది. అంతేకాని దానికొక ఆదర్శం లేదు. ఏ ఆదర్శాన్ని సాధించడానికీ అది పరిణామం చెందలేదు. ఇటువంటి ప్రకృతిలో మానవుడు బ్రతకవలసి వచ్చింది. ప్రకృతి చేష్టలకు తట్టుకోలేని జీవాలు నశించినై. తట్టుకోగలిగినవి వృద్ధిచెందినై. అంటే ఇలా బ్రతికితే అపాయం లేకుండా ఎక్కువ రోజులు బ్రతకగలం అని గాక ఏ ఆలోచనా లేకుండా బతికినన్నాళ్ళు బ్రతికినై.

"ఇటువంటి జీవకోటిలోకి జ్ఞానం వొచ్చింది. "ఇలా ఎందుకు జరుగుతూ వుంది? అలా ఎందుకు జరుగుతూ వుంది?" అనే ప్రశ్నలు బయలుదేరినై. ఈ ప్రశ్నలు ప్రకృతిని అర్థం చేసుకోవడానికి ఉపకరించినై. ప్రకృతి స్వభావం అర్థం చేసుకోవటం మొదలుపెట్టగానే జీవకోటి స్వభావం మారవలసిన అవసరం కలిగింది. అంతకుముందు తన ఇష్టంవచ్చిన పనులు చేసుకుంటూ పోతున్న జీవకోటి ఇప్పుడు కొన్ని పనులు మాత్రమే చేయవలసివచ్చింది. వెంటనే "యెందుకు?" అనే ప్రశ్న ఉదయించింది. ప్రకృతినుంచి తప్పించుకోటానికి దాన్ని అర్థం చేసుకొని అనుకూలంగా పనిచేయించుకోటానికి ఆదర్శం అవసరం అయింది.

"ఈ ఆదర్శం ఏవిధంగా నిశ్చయింపబడిందో తెలుసా బాబు? చెపుతా విను.

"మానవులు పదిమంది ఒకచోట చేరి ఒక పద్ధతిగా బ్రతకటం మొదలు పెట్టారు. ఈ పద్ధతే మానవుని భవిష్యత్తుని నిర్ణయించింది. మానవుడు ఓం ప్రథమంలో మరొకపద్ధతి అవలంబిస్తే పరిణామం మరొకరకంగా ఉండి ఉండేదేమో? అలా జరగలేదు. ఆచరణలో వున్న పద్ధతి ఎక్కువ మందిని బాధపెట్టే స్థితికి వొచ్చినప్పుడు, ఆ బాధలు ఏం చేస్తే పోతాయో, ఆ బాధలులేని సంఘం ఎలా ఉంటుందో ఊహించుకొని దానికోసం పాటుపడటం మొదలుపెట్టాడు. అభివృద్ధి చెందటానికి ఈవిధంగా మానవుడికి ఆదర్శం ఒకటి అవసరం అయింది.

"మనం సౌలభ్యంకోసం మానవపరిణామం దశలుగా వర్ణిస్తున్నాం గాని, ఇవి ముక్కలు కావు. మనం ఒక ఆదర్శం సాధించటానికి చేసే ప్రయత్నంలో పొందే జ్ఞానాన్నిబట్టి మన ఆదర్శం అనుక్షణం పరిణామం చెందుతూనే వుంటుంది. ఈ పరిణామం ఒక ప్రవాహం వంటిది బాబూ! దీనికి కొండలు, గుట్టలు అనేకం అడ్డు రావొచ్చు. ఈ అడ్డంకులను తొలగించుకోటానికి అది ఒక్కొక్కసారి ప్రబల

ప్రయత్నం చెయ్యవలసిన అవసరం కలగవొచ్చు. అది ఒకసారి మందంగా, ఒకసారి ఉధృతంగా ప్రవహించవచ్చు. కాని అది ఎడతెరిపిలేని ప్రవాహం.

"చూశావా బాబూ! మానవుడు తాత్కాలికంగా తను పడుతున్న బాధలను నివారించుకోటానికై ఈ పరిణామానికి దోహదం చేస్తున్నాడు. అందుకుగాను ఈ పరిణామానికి దోహదం ఇచ్చే గుణాలను బలవత్తరం చేసుకొని ఈ పరిణామానికి అపకారం చేసే గుణాలను అణగదొక్కుకుంటున్నాడు. అరికడుతున్నాడు. ఇప్పటికీ ప్రయత్న పూర్వకంగానే జరుగుతూ వుంది. ఈ పని చెయ్యటం ఇప్పటికి బాధాకరంగా కూడా వుండొచ్చు. కాని ఎప్పటికీ వుండవలసిన అవసరం లేదు. మానవుడీవిధంగా అభివృద్ధిచెందుతూపోతే ఒకప్పటి సంఘానికి దోహదం ఇచ్చే పనులే వ్యక్తికి ఆనందాన్నీ, తృప్తినీ ఇచ్చే స్థితి వొస్తుంది. అప్పుడు మానవుడు ఆ పనులు తప్ప మరొక పనులు చెయ్యలేడు. అప్పుడు "ఎందుకు?" అనే ప్రశ్నకు తావు లేదు. ఎందుకనే ప్రశ్న మానవునిచేత మంచి పనులు చేయించటానికి సహాయకంగా వుంటానికి పుట్టింది. మానవునికి మంచి పనులు చెయ్యటమే స్వభావం అయినప్పుడు, ఈ "ఎందుకు?" యొక్క అవసరం క్షీణిస్తుంది. లేకుండా పోతుంది.

"బాబూ! ఒక్క సంగతి ఆలోచించు. ఇప్పుడు నీలాంటివాడూ నాలాంటివాడూ దొంగతనం చెయ్యడు, వ్యభిచారం చెయ్యడు, అబద్ధాలాడడు. ఎందుకు? సంఘం హింసిస్తుందనా? కష్టాలు వొస్తయ్యనా? కాదు. ఒకప్పుడు సంఘం బెదరించి, భయపెట్టి మానవుణ్ని ఈ పనులు చెయ్యకుండా చేసినమాట వాస్తవమే. కాని ఇప్పటికది మన స్వభావం అయింది. మనం ఆ పనులు చెయ్యం. ఎందుకు? మనం గడించిన సంస్కారానికి ఆ పనులు సుఖం ఇవ్వవు. పైగా విపరీతమైన మానసిక బాధను కలిగిస్తయ్."

"మానవుని కొన్ని గుణాలనూ, వాంఛలనూ మార్చలేమని నేనూ వొప్పుకుంటాను. కాని ఆ వాంఛలు అనాదినుంచీ ఏ విధంగా తీరుతున్నయ్యో ఆ విధంగానే తీరాలంటే మాత్రం నేను వొప్పుకోను. మానవుని కోర్కెలను వుదాత్తపరచటం వల్ల మరొక రకంగా మనకు తృప్తి కలుగుతూ వుంది. స్త్రీ వ్యామోహాన్ని దేశం మీదకు తిప్పవచ్చు, విశ్వమానవ ప్రేమగా మార్చవచ్చు. ఈవిధంగా వుదాత్తం చేసే శక్తి మానవుడికి వుండబట్టే సంఘ పరిణామానికి సహాయం చెయ్యటంలోనే ఆనందం పొందగలుగుతున్నాడు, అదే అతని స్వభావం అవుతుంది ఏనాటికైనా.

"అప్పటికి ప్రకృతిని మానవుడు లోబరచుకో గలుగుతాడు. ప్రకృతికీ, మానవుడికీ సంఘర్షణ వుండదు. మానవునిలో విరుద్ధశక్తుల ఘర్షణ ఉండదు.

"బాబూ! నువ్వు "మానవుడు పరిస్థితులకు బానిస" అనుకుంటున్నావు. అందుకనే "నాదేముంది? నేనలా చెయ్యక తప్పింది కాదు. పరిస్థితులు భావాలను కలిగిస్తున్నై, భావాలు పనులు చేయిస్తున్నై. ఇక నాదేముంది?" అని మాటిమాటికి అంటూ వుండేవాడివి. అలా కాదు బాబూ! వొకప్పుడు అంతేగాని, మానవుడు క్రమక్రమేణా ప్రకృతి శృంఖలాలలో నుంచి బయటపడుతున్నాడు. ప్రకృతి నియమాలను అర్థం చేసుకొని, తన అభివృద్ధికి ఉపయోగించుకోవటం ద్వారా, ప్రకృతిని జయించి తన స్వతంత్రత చూపుతున్నాడు.

"ప్రకృతి శక్తుల్ని పూర్తిగా అర్థం చేసుకున్నాక ప్రకృతికీ, మానవునికీ సంఘర్షణ వుండదు. సాంఘిక పరిణామమే మానవునికి ఆనందం ఇచ్చే మనస్తత్వం కలిగినాక సంఘానికీ, మానవునికీ సంఘర్షణ వుండదు. మానవునిలో విరుద్ధశక్తుల సంఘర్షణ వుండదు. మానవుడు పరిపూర్ణ మానవుడవుతాడు.

"బాబూ, ఈ దృష్టితో ఆలోచించు, సంగతులన్నీ నీకు తెలిసినవే కాని దృష్టి మాత్రం భేదం. వ్యక్తిగత దృష్టివల్ల విరుద్ధశక్తులు ప్రకోపించటం మానవకోటి నాశనం అవటం తప్ప మరొకటి జరగదు. సాంఘికదృష్టి అలవరచుకొని, ముందుకు చూడు, సంఘాన్ని ముక్కలుగా చూడక మొత్తంగా చూడటం నేర్చుకో.

సంఘంలో భిన్న మార్గాలున్నమాట నిజమే బాబూ! ఈ వర్గాల పోరాటం పరిణామానికి దోహదం ఇస్తున్నమాట నిజమే! కాని ఈ వర్గాలు వొకదాని కొకటి సంబంధంలేని ముక్కలుకాక ఒకదానిమీద ఒకటి ఆధారపడి వుంటున్నై. వీటి కలయికే సంఘం అనే మాట మాత్రం మరచిపోకు బాబూ! ఇప్పుడు నువ్వు తరువాత మెట్టుకు వెళ్ళవలసిన స్థితికి వచ్చావు. ధైర్యంగా ముందుకు వెళ్ళు, నువ్వు సుఖపడు. నీ కుటుంబాన్ని సుఖపెట్టు" అని ముగించాడు రామయ్యతాత.

సీతారామారావు మాట్లాడలేదు. వొక్క క్షణం రామయ్యతాతని ఎగాదిగా చూచి మళ్ళీ తన దృష్టిని వంతెన వైపుకి తిప్పాడు. వంతెన మీదనుంచి వెళుతున్న వొక మాలవాడు ఎదురుగా వస్తున్న ఆశ్రమవాసుల్ని చూచి దూరంగా వెళ్ళి నిలబడ్డాడు. ఎదురుగా వస్తున్న ఇద్దరు విద్యార్థులు ఆశ్రమవాసుల్ని హేళన చేశారు. ఆశ్రమ వాసులు తమ స్వంతగుణాన్ని వొదిలి తమ చేతుల్లోవున్న దండాలు పైకెత్తారు. విద్యార్థులు పకపకనవ్వుతూ పారిపోయారు.

సీతారామారావు అలాగే చూస్తూ కూర్చున్నాడు. క్రమక్రమేణా ఆ ప్రదేశం నిర్మానుష్యం అయింది. వంతెన బావురుమంటూ వుంది. అర్థచంద్రాకారంగా వుంది. అంతులేని సొరంగంలా వుంది.

రామయ్యతాత సీతారామారావుని చూస్తూ కూర్చున్నాడు.

నిశ్శబ్దం-నిశ్శబ్దం- అంతులేని నిశ్శబ్దం. రామయ్యతాతకి ఆ అంతులేని నిశ్శబ్దంలో సీతారామారావు వొక భాగం అయినట్లూ, నిశ్శబ్దమే అవుతున్నట్లూ కనుపించాడు.

"ఇక వెళ్దాం బాబూ ఇంటికి" అన్నాడు.

సీతారామారావు నెమ్మదిగా రామయ్యతాత వైపుకి తిరిగి విచిత్రంగా చూచి, తలవొంచుకొని, "నువ్వు వెళ్ళు తాతా" అన్నాడు.

"ఇద్దరం వెళ్దాం బాబూ"

"నన్నిక్కడ కాసేపు ఉండనివ్వు తాతా! ప్రపంచంలో వున్న ఈ నిశ్శబ్దాన్నంతా నాలోకి తీసుకోనివ్వు"

రామయ్యతాత ఏమనుకున్నాడో నెమ్మదిగా నడిచివెళ్ళాడు.

సీతారామారావు వంతెనవైపుకి తిరిగి మెదలకుండా కూర్చున్నాడు. మూర్తీభవించిన నిశ్శబ్దంలా కూర్చున్నాడు. అర్ధచంద్రాకారాన్నీ, అంతులేని సొరంగాన్నీ చూస్తున్నాడు. అతని కళ్ళవెంట కన్నీటి చుక్కలు రాలుతున్నయ్.

ఉండి ఉండి అకస్మాత్తుగా "మిధ్య, మిధ్య, అంతా మిధ్య!" అని తన విశ్వాసాన్ని నిలబెట్టుకోటానికి అరిచాడు. "మిధ్య గనుకనే ఎటుతిప్పి చెప్పటానికైనా వీలవుతుంది" అని తన్నావరించిన నిశ్శబ్దం బద్దలయ్యేటట్లు అరిచాడు.

6

చీకటిపడింది. తుమ్మబీడుకీ, ఏనాదివాళ్ళ గుడిసెలకీ భేదం కనపట్టం లేదు. అన్నీ కొన్నిమైళ్ళ దూరంగా వున్న కొండల పంక్తికిమల్లే కనిపిస్తున్నాయి. కారు మబ్బులకుమల్లే వున్నాయి... సీతారామారావు కాళ్ళీడ్చుకుంటూ స్మశానం దగ్గరకు వొచ్చాడు. ఒక్కసారి స్మశానాన్ని పారజూశాడు. దూరంగా ఒక చితి మండుతూ వుంది. అతడు ఒక నిట్టూర్పు విడిచి అక్కడే కూర్చున్నాడు.

పొద్దున్నుంచీ వున్న ఆరాటం, ఆవేదనా తగ్గినయ్. ఆ చీకటి, ఆ స్మశానం, దూరంగా మండుతున్న చితీ- అతనికి మనశ్శాంతిని చేకూర్చినాయి. తానిన్నాళ్లూ ఆరాటపడింది, వెతికింది ఈ స్మశానం కోసమే కాబోలు అనుకున్నాడు. ఆ చితిని తదేక దృష్టితో చూస్తూ కూర్చున్నాడు.

ఒక వ్యక్తి అతని దగ్గరకు వొచ్చి, "నేను చేసింది తప్పా!" అని అడిగాడు.

సీతారామారావు ఉలిక్కిపడ్డాడు. ఆ వ్యక్తిని చూశాడు. అతడు అరవై యేళ్ళ ముసలివాడుగా కనుపిస్తున్నాడు. శరీరం శుష్కించి వుంది.

"ఏం నాయనా, నేను చేసింది తప్పా?"

"ఏది తప్పో ఎవరు చెప్పగలరు? ఎవరి మనస్సు వాళ్ళకే సాక్షి" అన్నాడు సీతారామారావు.

"అదుగదీ- బాబూ, సత్యం చెప్పావు. నూరేళ్ళు వర్ధిల్లు! పరిస్థితులు తెలియనివాళ్ళు ఏమైనా అంటారు. తప్పు అంటారు. దుర్మార్గుడు అంటారు. ఘోరపాపం అంటారు. దేనికైనా మనుష్యులు ముందు బతకాలిగా బాబూ! నీతి, ధర్మశాస్త్రం- అన్నీ బతికే వీలున్నవాళ్ళకి. బతకటమే కష్టమైన వాళ్ళకి బతకటమే నీతి, బతకటమే ధర్మం, బతకటమే శాస్త్రం"

"అట్లాగే కనిపిస్తూ వుంది. బతకాలి అనుకోవటం మనుష్యులకు తప్పించుకోలేని వ్యసనం అయింది. "ఎందుకు బతకాలి?" అనే ప్రశ్న వేసుకొనే ధైర్యం ఇంకా మనుష్యులకు అలవడ లేదు..." అన్నాడు సీతారామారావు.

"మరి ఆ అవసరం తీరడానికి ప్రయత్నిస్తే తప్పేముంది?"

"లేనట్టే వుంది. అంతా ఆ పనులు చేస్తూనే ఉన్నారు. అబద్ధాలు ఆడుతూనే వున్నారు. మోసాలు చేసినవాళ్ళు చేస్తూనే ఉన్నారు. ఇతరులను హింసించేవాళ్ళు హింసిస్తూనే ఉన్నారు. ఎవరి బ్రతకు తెరువుని వాళ్ళు నిర్దాక్షిణ్యంగా చూసుకుంటూనే ఉన్నారు..." అన్నాడు.

"ఇక నే జేసిన పాపమేమిటి బాబూ? తిండికి కష్టం అయింది. ఎన్నాళ్ళు డొక్కలు మాడ్చుకొని వలవల యేడుస్తూ కూర్చున్నామో ఎవడికి తెలుసు? ఒకరోజు నా కూతురు పదిరూపాయలు తెచ్చి నా చేతిలో పెట్టింది. 'ఎక్కడివి?' అని అడిగాను. అది చెప్పింది. నా దగ్గర ఏమీ దాయలేదు బాబూ – అంతా చెప్పింది నాకు కోపం వచ్చింది. ఎట్లా కొట్టాననుకున్నావు? ఎముకలు విరగగొట్టాను. కాని ఏం లాభం? మళ్ళీ మర్నాటినుంచి యధాప్రకారం అయింది మా బ్రతుకు. నేను చూస్తూ వూరుకున్నాను, అదే సంపాదించి కుటుంబం పోషించింది. ఇప్పుడు దాని తమ్ముడు అది సంపాదించిన డబ్బుతో చదువు పూర్తిచేసుకున్నాడు. ఉద్యోగంలో ప్రవేశిస్తున్నాడు. ఇంతకంటే ఏం కావాలి బాబూ! బతికిన నాలుగు రోజులు అది సుఖపడింది, మమ్మల్ని సుఖపెట్టింది. దాని దారిన అదిపోయింది. అదిగో బాబూ! మట్టిలో కలసిపోతూ వుంది. నూరేళ్ళు వర్ధిల్లు" అని దీవించి వెళ్ళిపోయాడు.

సీతారామారావు ఆలోచిస్తూ కూర్చున్నాడు. రకరకాల ఆలోచనలు చెలరేగినయ్. తలచినకొద్దీ అతనికి ప్రపంచం క్రొత్తగా కన్పిస్తూ వుంది. ఇటీవల తన అనుభవంలోకి వొచ్చిన ప్రపంచం అతనికి వింతగా ఉంది. కాని, ప్రస్తుతం బాధపడే ఓపిక కూడా లేకుండా వుంది. అలాగే నిర్జీవ ప్రతిమలాగ కూర్చున్నాడు.

కోలాహలంగా వున్న ప్రపంచాన్ని, ప్రశాంతంగా వున్న స్మశానాన్నీ పోల్చి చూసుకుంటే అతని మనస్సు చల్లబడింది. తనకు సరిపోయిన చోటుకి, తన మాతృదేశానికి, తన స్వగృహానికి వచ్చినట్టు అనిపించింది. ఇక్కడ ప్రపంచంలో వున్న భేదాల్లేవు, కీచులాటల్లేవు. హెచ్చుతగ్గుల్లేవు, సంఘాల్లేవు, మోసాలూ, కుట్రలూ, తాపత్రయాలూ లేవు. ఇక్కడ అంతా ఒక్కటే. కూలివాళ్ళు, షావుకార్లు, ఆడవాళ్ళు - మొగవాళ్లు, పిల్లలు, పెద్దలు, నీతిపరులు, అవినీతిపరులు - అంతా ఒక్కటే. స్మశానానికి పాక్షిక బుద్ధి లేదు. అందర్నీ సమానంగా చూస్తుంది. తన తండ్రి, తన మేనత్తా ఇక్కడే వున్నారు. తన తల్లి ఇక్కడే వుంది. రామయ్యతాత తొణక్కుండా కబుర్లు చెబుతాడుగాని, తనకు అస్తమానం నీతులు ఉపదేశిస్తాడుగాని - ఆయనా ఇక్కడకు రావలసినవాడే. తన్ను... మోసం చేసి ఆస్తి సంపాదించిన మేనమామకు మాత్రం తప్పేదేముంది! ఆస్తిని వొదిలి చేతులు జాడించుకుంటూ ఇక్కడకు రావలసిందే. యిక ఎందుకు వీళ్ళకీ ఆరాటం?

మేం తెలివిగలవాళ్ళం అనీ, ధనవంతులమనీ కొందరు విర్రవీగటం, బీదవాళ్ళం అనీ, మందబుద్ధులం అనీ కొందరు విచారపట్టం ఎందుకు?

ఇలా ఆలోచించుకుంటూ వుండేప్పటికి స్మశానం చాలా ఆకర్షవంతంగా కనిపించింది. ప్రపంచంలో వున్న కష్టాలనూ, సుఖాలనూ అన్నిటినీ భరించే మాతృదేవిలా, భూదేవిలా కనిపించింది.

దూరంగా మండుతున్న చితి ప్రపంచాన్ని దగ్ధం చెయ్యటానికా అన్నట్లు మంటల రూపంలో గుప్పుమని పైకిలేచి ఆర్భాటం చేసింది. టపటపా ధ్వని చేసింది. ఆ చితి తన్ను ఆహ్వానిస్తూ వుందనుకున్నాడు. దగ్గరకు రమ్మని తన్ను పిలుస్తూ వుందనుకున్నాడు. తన కేదో రహస్యం చెప్పటానికి వుబలాటపడుతూ వుంది. పాపం! ఆ చితికి కాళ్ళు లేవు. తన దగ్గరకు రావటానికి! నోరు లేదు. తన్ను బతిమాలటానికి! అగ్నిశిఖలను తనవైపుకు పంపుతూ వుంది. మళ్ళీ ఉపసంహరించుకుంటూ వుంది. ఆటూ పోటూతో బాధపడుతున్న సముద్రపు అలలు జ్ఞప్తికి వచ్చినయి. చేత్తో పిలుస్తూ వున్నట్టనిపించిందతనికి. నెమ్మదిగా లేచి దగ్గరకు వెళ్ళాడు. చూడగా చూడగా ఆ చితి ముసలివాని కూతురు రూపం ధరించినట్లుగా వుంది. చిటచిటలాడించి, టపటప ధ్వని చేసింది. ఆమె ఏదో మాట్లాడుతున్నదనుకున్నాడు. "సుఖంగా నా బతుకు వెళ్ళమారిపోయింది. ఈ ప్రపంచంలో మిగిలేది సుఖమూ, దుఃఖమే. సుఖించినవాళ్ళూ, దుఃఖించినవాళ్ళూ అంతా మట్టి కావలసిందే. ఎందుకు దుఃఖపడాలి? దేని కోసం?" అని అడిగింది.

అతడు కళ్ళు తెరచుకొని వింటూ కూర్చున్నాడు. "ఇదిగో నా యీ పక్క సమాధిలో సత్ప్రవర్తన ఆదర్శంగా పెట్టుకోవటంవల్ల తిండికి గడవక కోర్కెలు తీరక

కుళ్ళి కుళ్ళి చచ్చిపోయిన పుణ్యాత్మురాలు ఉంది. ఆమె ప్రవర్తన ఆమెను ఏం సుఖపెట్టింది? ఆమె పడిన బాధలూ, సహించిన కష్టాలూ ఎవర్ని ఉద్ధరించమని?" అని అడిగింది.

పక్కనున్నసమాధి యీ మాటలకు ఎక్కిఎక్కి ఏడుస్తున్నట్టు కదిలింది.

అతడు స్మశానాన్ని మరొకమారు పారచూచాడు. స్మశానమంతా కదులుతున్నట్టు కనిపించింది. దిబ్బలు కదులుతున్నాయి. చీకటి వూగింది. తన తండ్రిని ఎక్కడ సమాధి చేసింది అతనికి తెలుసు. నెమ్మదిగా మిగిలిన దిబ్బలను తప్పుకుంటూ అక్కడికి వెళ్ళాడు. అక్కడ ఏమీ లేదు- దిబ్బ హరించుకుపోయి నేలమట్టమై వుంది. జిల్లేడు మొక్కలు దట్టంగా పెరిగివున్నయి. అతనికి యీ జిల్లేడు మొక్కలకు తన తండ్రి ఎరువయ్యాడనిపించింది. తాను ఆదర్శంగా వుంచుకున్న తనతండ్రి, అనేక ఘనకార్యాలకు కారణభూతుడైన తన తండ్రి- ప్రస్తుతం యీ జిల్లేడు మొక్కలకు ఎరువుగా వుండి వాటి పోషణకు ఆధారంగా వున్నాడు. ఎంత ప్రాణం లేకపోతే మటుకు ఇటువంటి పనికి పూనుకుంటాడా తన తండ్రి? అతనికి తండ్రిమీద కోపమొచ్చింది. తన పుటకకు తన తండ్రే కారణం. ఈ జిల్లేడు మొక్కల పుటకకూ తన తండ్రే కారణం! బతికి వున్నంతకాలమూ తన్ను పోషించాడు. మరణించి ఈ జిల్లేడు మొక్కలను పోషిస్తున్నాడు. ఆయన రక్తంలో ఆయన ఆలోచనల్లో ఏదో చెడు వుండి వుండకపోతే జిల్లేడు మొక్కలకు కారణ భూతమవుతాడా? ఆయనలో నుంచి జిల్లేడు మొక్కలకు బదులు గులాబీ మొక్కలు పుట్టగూడదూ? మల్లెపొదలు పెరగగూడదూ? తనకు బదులు వొక గొప్ప వ్యక్తి కొడుకు కాకూడదూ?

ఉన్న మొక్కల్లో పెద్ద మొక్క కదిలింది. తన్ను పలకరించింది. "అన్నాయ్!"అంది. అతడు ఉలిక్కిపడ్డాడు. ఆ మొక్కనీడ కదలి కదలి చితి వేడివల్ల ఉబికి ఉబికి తన తండ్రి తనను క్రూరంగా చూస్తున్నాడు. గుడ్లు ఉరుముతూ, పండ్లు కొరుకుతూ యిలా అన్నాడు. "ఇదట్రా నువ్వు చేసిన పని? నీమీద ఎంతో ఆశ పెట్టుకున్నానే! చివరకు నువ్వు చేసిన పని యిదా? నా గౌరవాన్నీ, నా వంశ ప్రతిష్ఠనూ, నా కుటుంబ ఔన్నత్యాన్నీ బుగ్గిపాలు చేశావు" అన్నాడు.

అతనికి కోపమొచ్చింది. "డబ్బు అయిపోయింది నాన్నా- నన్నేం చెయ్యమంటావ్?" అన్నాడు.

"డబ్బు డబ్బు డబ్బు - ఎప్పుడూ డబ్బే! నేను నువ్వు పుట్టినప్పుడే అనుకున్నాను. నీకు నీ మేనమామ పోలిక వచ్చిందని. డబ్బు లేకపోతే మాత్రమేమిరా? చెడిబతికావా, బతికి చెడ్డావా? అన్నారు పెద్దలు. తరతరాల నుంచీ

మేం కాపాడిన ఆచారాలను వమ్ము చేశావు. నేనెంత చెప్పినా నీకు నీ తల్లే ఆదర్శమయింది" అన్నాడు.

తల్లి పేరెత్తేటప్పటికి అతనికి కోపమెక్కువయింది. తండ్రిమీద అంతకు ముందు అతనికి వున్న గౌరవమూ, అభిమానమూ అన్నీ ఆ వొక్కమాటతో ఎగిరిపోయినయి. హృదయం మీదనుంచి ఒక పెద్దబరువు తొలిగిపోయినట్టయింది. "ఏమిటి నువ్వు మాట్లాడేది? నీలో నీ వంశం పోగుచేసి కాపాడిన సాంప్రదాయాలు ఏమిటి? ఏమిటి నీ వంశానికి వున్న గౌరవం. నా తల్లి వంశానికి లేని గౌరవం? ఎవరికి వుండే గౌరవం వాళ్ళకుంది. నీ వంశ గౌరవం అనే గానుగలో ఎంతమంది పిప్పి అయ్యారో, అవుతున్నారో నువ్వు ఎప్పుడయినా ఆలోచించావా? నీ వంశం నీ సాంప్రదాయాలే నన్నీస్థితికి తీసుకొచ్చినయి. పోతున్నాను, పాతాళానికి పోతున్నాను. ఈ అగాధానికి అంతున్నట్టు లేదు. ఇదివరకు ఎన్ని కష్టాలు వచ్చినా నిన్ను తృప్తిపరుస్తున్నా గదా. నీ ఆత్మకు శాంతిని చేకూరుస్తున్నా గదా అని సంతోషపడేవాణ్ని. ఇప్పుడు నువ్వు కూడా నన్ను నిందించటానికి పూనుకున్నావా? నా స్థితికి నేనేనా కారణం? నువ్వు కాదూ?" అని అడిగాడు.

"నేనేనా?" అని ఆశ్చర్యపడ్డాడు తండ్రి.

"ఆఁ నువ్వే. ముమ్మాటికీ నువ్వే. నీ గుణాలు నాకు కొన్ని సంక్రమించినయి. నీ చేతులలో, నీ అభిరుచులకు అనుకూలంగా నీ ఇష్ట ప్రకారం పెంచావు. నా చుట్టూ వున్న వాతావరణం నువ్వు నిర్మించిన వాతావరణమే. ఇక నా యిష్టమనేది ఎక్కడ చచ్చింది? నీ ఇష్టం వచ్చినట్టే పెరిగి పెద్దవాణ్నయ్యాను. నీ ఇష్టమొచ్చిన వూహలే వూహించాను. నీ ఇష్టానికి వ్యతిరేకంగా, నీ సంస్కారానికి భిన్నంగా ఎవరయినా బతుకుతుంటే వాళ్ళు దుర్మార్గులనీ, నీచులనీ, అవినీతిపరులనీ నాకు నూరిపోశావు. నా తల్లిని నాకు కాకుండా చేశావు. ఇప్పుడు నీ కృషి ఫలితాన్ని చూచి నీవే భయపడుతున్నావా? బెదిరిపోతున్నావా? నింద నామీద మోపుతున్నావా?" అన్నాడు.

కొడుకుని చూచి భయపడ్డాడు తండ్రి. అతనికి ఏమీ తోచలేదు. తన వంశంలో పుట్టిన ఒకడు తన తండ్రికి ఎదురు తిరిగి తన వంశాన్ని నిందించేవాడుగా తయారు అవుతాడని జన్మలోనయినా అనుకొని వుండడు. అలాగే నిర్ఘాంతపడి చూస్తున్నాడు. అతని కొడుకు నీడ కనిపించింది. అదే తన కొడుకు అనుకున్నాడు. అది కదిలింది, నిటారుగా నిలబడ్డది. మాట్లాడింది? "ఒట్టిది. అన్నీ అబద్ధాలు చెపుతున్నాడు. అతను చేతులారా చేసుకున్నాడు. తన తప్పును నీ మీద పెట్టి తప్పించుకోవడానికి ప్రయత్నిస్తున్నాడు. అతను మొదటినుంచీ అంతే! తన తప్పును

ఇతరులకు అంటగట్టడం, బలహీనతలకు ఇతరులను హింసించడం- నువ్వు మరణించినప్పటినుంచి అతను చేస్తున్న పనే ఇది. ఇందులో నీ బాధ్యత ఏమీ లేదు" అంది.

సీతారామారావు మాట్లాడుతున్న తన నీడను చూస్తూ నిర్విణ్ణుడై నిలబడ్డాడు.

తండ్రి మొహం విప్పారింది. "నిజంగా నా బిడ్డవు నీవు. రా నాయనా!" అని తన కొడుకు నీడను కౌగిలించుకొని "వాడు నిజంగా నా కొడుకు అనుకొని భ్రమపడ్డాను. ఎంత వేదన పెట్టాడు! వాడి మాటలు నా హృదయాన్ని ముక్కలు ముక్కలుగా తరిగాయి" అన్నాడు.

"వాడు అంతే నాన్నా, వాడికొక ఆదర్శం లేదు. జీవితానికి ఒక ఆదర్శం పెట్టుకోనివాడు, దేన్నో ఒకదాన్ని నమ్మి పనిచెయ్యనివాడు, చివరికి అంతే!" అంది నీడ.

సీతారామారావుకి కోపం వచ్చింది. ఒక అడుగు ముందుకు వేసి "ఎవ్వరు నువ్వు?" అడిగాడు.

"నీ తండ్రి కొడుకుని"

"మరి నేనూ?"

"నా నీడవి."

"ఆఁ!"

"మరేమనుకున్నావు? హృదయంలేని ఆకారానివి. ఆకారంలేని అస్థి పంజరానివి!" అంది నీడ.

సీతారామారావుకి ఊపిరాట్టం లేదు. తండ్రి ముఖంలోకి చూస్తూ, "నాన్నా... నేను నీ కొడుకుని... చూడు" అన్నాడు.

"పో.. పో–" అని గద్దించాడు తండ్రి. ఇంకా నన్ను మోసం చేద్దాం అనుకున్నావా? నా కొడుకుని నేను గుర్తుపట్టలేనూ! నా చేతులారా పెంచానే! వాణ్ణి నేను ఎరగనూ?– నీవా నా కొడుకువి! అహ్హా! బాబూ. వీడొక పీడకలగా వున్నాడు!" అని నీడతో చెప్పి బిగ్గరగా నవ్వాడు. నవ్వుతూనే తన నీడను తీసుకొని అదృశ్యం అయ్యాడు.

సీతారామారావు కూలబడ్డాడు. అతనికేమీ అర్థమవటం లేదు. తల పేలిపోతూవుంది.

"బాబూ!" అని పిలిచింది పక్కనున్న సమాధి. ఉలిక్కిపడి చూశాడు. పిలిచేది తన తల్లే అందులో సందేహం లేదు. "నువ్వు మారావు నాయనా!" అంది.

"నేను మారానా అమ్మా? నా మార్పు నీకు ఆనందాన్నిస్తూ వుందా? నేను నిన్ను సంతోష పెట్టగలిగానా అమ్మా?"

"అవును నాయనా. నువ్వు మారుతున్నావ్!" అంది తల్లి. ఆమె ఆనందాశ్రువులు రాలుస్తూవుందని అతను ఊహించాడు. "అమ్మా, నేను ఈ విశ్వ ప్రపంచంలో ఒక ప్రాణికి-అందులో తల్లికి సంతోషాన్నివ్వగలిగాను. నాకింకేం కావాలి?"

"నాకు చాలా సంతోషంగా ఉంది నాయనా?" అంది తల్లి.

"అమ్మా.... అమ్మా.... అమ్మా...." అని సమాధి పాదాల దగ్గరపడి భోరున ఏడ్చాడు. "మరి లాభం లేదమ్మా? ఆలస్యం అయిపోయిందమ్మా"

అలా పడి ఎంతసేపు ఏడ్చాడోగాని, తల పైకెత్తి చూసేటప్పటికి చితి ఆరిపోతూ వుంది, చీకటి దట్టం అవుతూ వుంది. స్మశానం యధారూపం ధరించుతూ ఉంది. నల్లకుక్క ఒకటి అతని కాలు నాకుతూ ఉంది. అతడు కదలకుండా ఆ కుక్కను చూస్తూ వెల్లికిలా పడుకున్నాడు. చూడగా, చూడగా ఆ కుక్క ఆకారం తన ఆకారంగానే కనిపించింది.

తన ఆకారం తనకు ఎదురుగా నిలబడింది.

తన ఆకారాన్ని చూసుకునేటప్పటికి అతనికి భయం వేసింది. మొహం ముడతలు పడి వుంది. జుట్టు పండి రెల్లుదుబ్బులా గుంది. కళ్ళు చింతనిప్పుల్లా వున్నాయి. శరీరం అస్థిపంజరం లాగుంది. వొంగి పోయి ఉంది. ఊగులాడుతూ నడుస్తూ వుంది. నుంచోలేక కూర్చొని కడుపుచేత్తో పట్టుకుని దగ్గుతూ ఉంది.

సీతారామారావుకి తనే దగ్గుతున్నట్టు బాధ కలిగింది. ఆ ఆకారం దగ్గి దగ్గి, తోకతొక్కిన పాములే లేచి సీతారామారావుకి ఎదురుగా నిలబడి "నా జీవితం భగ్నం అవటానికి నువ్వే కారణం మూర్ఖుడా! బంగారం వంటి జీవితాన్ని బుద్ధిలేని ఆలోచనలతో నలిపి నలిపి నాశనం చేశావు. నన్నీస్థితికి తీసుకువచ్చింది ఎవ్వరు? నీ తెలివితక్కువతనం, నీ అహంకారం, నీ మౌఢ్యం" అని అరిచింది.

దగ్గుతెర వచ్చింది. కుక్కిమంచంలో కూలబడింది. ఉంగలుపడి దగ్గుతూవుంది.

తన భార్య ముసలిదయింది. తన ఆకారం పడే బాధని గమనించకుండా మనుషులకు చొక్కాలు కుడుతూ ఉంది. తన కొడుకు వొచ్చాడు. పెద్దవాడయ్యాడు ఠీవిగా ఉన్నాడు. వాళ్ళెవరూ కుక్కిమంచంలో తన ఆకారం పడుతున్న బాధలు గమనిస్తున్నట్టు లేదు.

"బాబూ మంచినీళ్ళు!" అని అడిగింది తన ఆకారం.

"ముంచుకు తాగు!" అన్నాడు కొడుకు.

"కన్నతండ్రినే..." అంది ఆకారం.

"తండ్రి... ఉద్ధరించావు కదూ కుటుంబాన్ని... సర్వ మంగళం చేసి" అని చీదరించుకున్నాడు. భార్య కొడుకుని వారించలేదు. మాట్లాడకుండా మంచినీళ్ళు తెచ్చి ఇచ్చింది.

తన ఆకారం మంచినీళ్ళు తాగబోతూవుండగా మళ్ళీ దగ్గుతెర వొచ్చింది. గ్లాసు వొదిలి మంచంలోపడి గిలగిల తన్నుకుంటూ ఉంది. నెత్తురు కక్కుతూ ఉంది. అంతా నెత్తురే! తన ఆకారం పడే బాధని సహించలేకపోయాడు.

తనే దగ్గుతున్నట్టూ, తనే నెత్తురు కక్కుతున్నట్టూ తన నరాలే లుంగలుపడి, జివ్వుని లాగుతున్నట్టూ అనిపించింది అతనికి.

తన ఆకారం మళ్ళీ లేచింది. లేచి మంచంపట్టె పట్టుకొని కూర్చుంది. తన్నే చూస్తూ వుంది. ఆ చూపులు అతన్ని చురచురా కాలుస్తున్నాయి. లోపల అగ్నిజ్వాలలు విజృంభించినయ్.

"మళ్ళీ కూర్చున్నావే... పడుకో... నీకు చెయ్యలేక మా నరాలు తెగుతున్నయి" అన్నాడు కొడుకు.

తన భార్య మనుమణ్ణి ఎత్తుకొని కొడుక్కు అందించింది. కొడుకు చేతులలోకి తీసుకొని ముద్దు పెట్టుకున్నాడు. పసివాడి చేష్టలకు తల్లి, కొడుకులు పరవశులయ్యారు.

తన ఆకారం మళ్ళీ దగ్గుతూ వుంది. "చూశావా నువ్వు చేసిన పని. నన్ను నా భార్యకూ, పిల్లలకూ కాకుండా చేశావు. ఆ పసివాడిని నాకివ్వరు. ఎందుకో తెలుసా? నేను చెడగొడతాననీ, పనికిమాలిన మాటలన్నీ చెప్పి చిన్నతనంలోనే వాడి మనస్సు పాడుచేస్తాననీ వాళ్ళ భయం.. పరమ ఛండాలుడా! ఇంతచేసి ఇంకా సిగ్గుపడకుండా, కించ పడకుండా బతుకుతున్నావా? ఎందుకు బతుకుతున్నావు? ఇంకా ఎవర్ని నాశనం చెయ్యటానికి? ఎవ్వరి జీవితాలను హతమార్చటానికి?" అని మంచం మీదనుంచి హఠాత్తుగా లేచి మీదకు రివ్వున దూకింది.

అది విషం కక్కుతూ వుంది. కళ్ళు జ్యోతుల్లా మండుతున్నాయి. కళ్ళల్లోంచి కత్తులు, కఠారులు వచ్చి తన్ను ముక్కలుగా చేస్తున్నాయి. తను సహాయం కోసం భార్యనీ, తన కొడుకునీ ప్రార్థించాడు. వాళ్ళు తన మొర ఆలకించలేదు... తన భార్య

కొడుకుకి భోజనం వడ్డించి ఎదురుగా కూర్చొని కబుర్లు చెపుతూ వుంది. కొడుకు నవ్వుకుంటున్నాడు.

అతనికి కోపం వచ్చింది. తనకు సహాయం చేసేవాళ్ళు లేరు. తన్ను జాలి తలిచేవాళ్ళు లేరు. తనకు సానుభూతి చూపేవాళ్ళు కూడా లేరు. తన్ను తానే రక్షించుకుంటాడు. తానే ఎదుర్కుంటాడు. తనే పోట్లాడుతాడు. తన ఆకారాన్నుంచి తన్ను తాను రక్షించుకోలేడూ? తన ఆకారాన్ని తాను జయించలేడూ? తాను పోట్లాడలేడూ?

తన ఆకారం తనమీదకు దూకింది, ఎముకల కాళ్ళతో డొక్కల్లో తన్నుతూ వుంది. గుప్పిళ్ళు బిగబట్టి మొహంమీద గుద్దుతూ వుంది. కోరలతో పీకుతూ వుంది. విచ్చు కత్తులవంటి గోళ్ళతో పళ్ళు పీకుతూ వుంది. రక్తం, కండలూ, ఎముకలూ, పేగులూ– స్మశానం అంతా భీభత్సం అయింది. రాబందులు ఎగురుతున్నయ్. నక్కలు అరుస్తున్నయ్.

సీతారామారావు పళ్ళు బిగించాడు. పిడికిలి బిగబట్టాడు. మిగిలివున్న శక్తినంతా కేంద్రీకరించాడు. అమాంతంగా నిలబడ్డాడు. తన ఆకారం మీదకు ఉరికాడు. రెండు చేతులతో గొంతు పట్టుకున్నాడు. నొక్కాడు, పిసికాడు తన శక్తికొద్దీ పిసికాడు. తన ఆకారం నెత్తురు కక్కుతూ వుంది. మెడ నులిమాడు. తన ఆకారం కళ్ళు నెత్తురుగుడ్లుగా ఊడి పడినయి. తన ఆకారాన్ని నామరూపాలు లేకుండా చేస్తున్నాడు. అతనికి కసి ఎక్కువయింది. అతనిలో వున్న రాక్షసత్వం ప్రకోపించింది. మెడ కోడిమెడ విరిచినట్లు విరిచాడు. ఒక సన్నని భయంకరం అయిన మూలుగుతో కూలబడ్డాడు, తన్ను తానే హత్యచేసుకున్నాడు.

తెల్లవారి స్మశానంలో ఎవ్వరో చచ్చి పడివున్నారని ఊరంతా ఆగుబ్బుగా చెప్పుకున్నారు. జనం తండోప తండాలుగా స్మశానం చుట్టూ పోగయ్యింది. శవం పడివున్న చోట నెత్తురు గడ్డకట్టుకొని వుంది. శవానికి కళ్ళు లేవు. వొంటినిండా దెబ్బలే. ఒళ్ళంతా బదాబదలుగా చీలి వుంది. మెడ మెలితిరిగి వుంది. అయిదారుగురు కలబడి యుద్ధం చేసినట్లు స్మశానం అంతా కసాపిసా తొక్కబడి వుంది.

"ఎవరో పొడిచి చంపారు" అనుకున్నారు అంతా.

రామయ్యతాత వొచ్చి చెప్పేవరకూ ఆ శవం సీతారామారావుదని బాగా ఎరిగిన వాళ్ళుకూడా గుర్తుపట్టలేక పోయారు. ★

---

* *ప్రథమ ప్రచురణ – 1947 లో*

అలకనంద ప్రచురణలు - అక్టోబర్ - 2024

అశోక్ బుక్ సెంటర్ అనుబంధ సంస్థ, Vist us at www.ashokbookcenter.com, e-mail: abcbooksvj@gmail.com
59-6-15, కంచుకోట వీధి, విజయవాడ-520 008. ఫోన్స్: 2476966, 2472096

నెం.	పుస్తకము	రచయిత	ప్రచురణ సం॥	వెల ₹॥
1.	అమ్మమ్మ చదువు	సుధామూర్తి	2004	200
2.	జ్ఞానం-పరిజ్ఞానం	సుధామూర్తి	2005	200
3.	భారతభూమి-నమస్తుభ్యం	సుధామూర్తి	2005	150
4.	మహాశ్వేత	సుధామూర్తి	2006	175
5.	డాలర్ కోడలు	సుధామూర్తి	2006	150
6.	తెల్ల కాకి మరిన్ని పిల్లల కథలు	సుధామూర్తి	2007	175
7.	లేని పుస్తకం	సుధామూర్తి	2007	175
8.	ఎం.డి.గారి భార్య	సుధామూర్తి	2008	175
9.	హృదయసీమ	సుధామూర్తి	2010	200
10.	ఋణవిముక్తి	సుధామూర్తి	2010	100
11.	పంచుకోవటం ఓ పండగ !	సుధామూర్తి	2012	150
12.	పట్టు ఎలా పుట్టింది ?	సుధామూర్తి	2012	150
13.	తడి ఆరని సంతకాలు	సుధామూర్తి (సంకలనం)	2016	175
14.	అదృశ్యమైన ఆలయం	సుధామూర్తి	2016	150
15.	ప్రతీకార వలయం	సుధామూర్తి	2017	200
16.	మూడువేల అల్లికలు	సుధామూర్తి	2018	175
17.	త్రిమూర్తుల అసాధారణ కథలు	సుధామూర్తి	2018	200
18.	ఆణిముత్యాలు	సుధామూర్తి	2018	225
19.	త్రిశంకు రాజు	సుధామూర్తి	2019	200
20.	జ్ఞానానికి ఆధారం	సుధామూర్తి	2020	200
21.	కుక్కపిల్ల గోపి కథలు - ఇల్లు చేరటం	సుధామూర్తి	2020	195
22.	అవ్వ, తాతల కథల సంచి	సుధామూర్తి	2021	200
23.	కుక్కపిల్ల గోపీ - మనసు గెలిచాను	సుధామూర్తి	2021	250
24.	రెండు కొమ్ముల రుషి	సుధామూర్తి	2022	225
25.	మరుగునపడిన అద్భుతకథ	సుధామూర్తి	2023	225
26.	కుక్కపిల్లగోపీ కథలు - ప్రేమలో పడ్డాను	సుధామూర్తి	2023	295
27.	అసామాన్యులైన సామాన్యులు	సుధామూర్తి	2024	200
28.	ఉల్లిపాయకు పొరలు ఎలా వచ్చాయి	సుధామూర్తి	2024	150
29.	సముద్రం ఉప్పగా ఎలా మారింది?	సుధామూర్తి	2024	150
30.	మామిడి పండు మహిమ	సుధామూర్తి	2024	150
31.	భూమికి అందం ఎలా వచ్చింది?	సుధామూర్తి	2024	150
32.	వెదురు పొందిన వరం	సుధామూర్తి	2024	150
33.	సుధామూర్తి 5 పుస్తకాల మణిహారం	సుధామూర్తి	2024	650
34.	తాత చెప్పిన కథలు	సుధామూర్తి	2024	150
35.	కుక్కపిల్ల గోపీకథలు - షికారుకు వెళ్ళాను	సుధామూర్తి	2024	295
36.	**రిజర్వు బ్యాంకు, ఇతర సంస్థలు-నాపాత్ర**	**డా. సి. రంగరాజన్**	**2024**	**400**
37.	భారతదేశపు వ్యాక్సీన్ చరిత్ర	డా.సజ్జన్ సింగ్ యాదవ్	2023	300
38.	టాటా కథలు	హరీష్ భట్	2023	250
39.	**అసాధారణప్రేమ - సుధ, నారాయణమూర్తి జీవిత కథ**	**చిత్రా బెనర్జీ దివాకరుణి**	**2024**	**300**
40.	శాంతిని పొందడం ఎలా	జె.పి.వాస్వాని	2023	250
41.	కన్‌ఫ్యూషియస్ జీవితం, దర్శనం	వాడ్రేవు చినవీరభద్రుడు	2023	175
42.	నా జీవిత కథ	హెలెన్ కెల్లర్	2023	100
43.	ఆత్మ బలయోధుడు గాంధీ	పాస్కల్ అలాన్ నజరత్	2023	250
44.	P.V. Narasimha Rao-A Versatile Statesman	A. Prasanna Kumar	2022	350
45.	భారతదేశం పక్షాన	విల్‌దురంత్	2022	225
46.	విజయనగర సామ్రాజ్యాధీశుడు శ్రీకృష్ణదేవరాయులు	శ్రీనివాస్ రెడ్డి	2021	200
47.	గోపీచంద్ కథలు-1	గోపీచంద్	2009	350
48.	గోపీచంద్ కథలు-2	గోపీచంద్	2009	TOP
49.	గోపీచంద్ నవలలు-1	గోపీచంద్	2009	TOP
50.	గోపీచంద్ నవలలు-2	గోపీచంద్	2009	TOP
51.	పండిత పరమేశ్వరశాస్త్రి వీలునామా	గోపీచంద్	2009	250
52.	చీకటి గదులు	గోపీచంద్	2009	275
53.	నాటికలు-నాటకాలు	గోపీచంద్	2009	250
54.	సమాలోచన	గోపీచంద్	2009	200
55.	పోస్టుచేయని ఉత్తరాలు ఉభయకుశలోపరి	గోపీచంద్	2009	150
56.	తత్వవేత్తలు	గోపీచంద్	2009	300

నెం.	పుస్తకము	రచయిత	ప్రచురణ సం॥	వెల ₹॥
57.	సినిమా రచనలు	గోపీచంద్	2010	225
58.	అసమర్థుని జీవయాత్ర	గోపీచంద్	2012	130
59.	మెరుపుల మరకలు	గోపీచంద్	2021	200
60.	హిమజ్వాల	వడ్డెర చండీదాస్	2005	375
61.	అనుక్షణికం + హిమోహరాగిణి (2 రచనలు)	వడ్డెర చండీదాస్	2005	795
62.	చీకట్లోంచి చీకట్లోకి	వడ్డెర చండీదాస్	2005	50
63.	పిల్లలతో కలాం కబుర్లు	డా॥ ఏ.పి.జె.అబ్దుల్‌కలాం	2007	TOP
64.	అగ్నిపథం	డా॥ ఏ.పి.జె.అబ్దుల్‌కలాం	2005	120
65.	నా సవాళ్ళ జీవితంలో మేలిమలుపులు	డా॥ ఏ.పి.జె.అబ్దుల్‌కలాం	2012	175
66.	నూతన విజ్ఞాన శాస్త్రాలు-అవకాశాలు	డా॥ ఏ.పి.జె.అబ్దుల్‌కలాం	2017	250
67.	ఐజాక్ అసిమోవ్‌తో జీవితం-కొన్ని జ్ఞాపకాలు	జానెట్ జెఫ్సన్ అసిమోవ్	2016	225
68.	కీలుబొమ్మలు	జి.వి. కృష్ణరావు	2008	TOP
69.	జీవన స్మృతులు	ప్రొ. మధు దండావతే	2006	100
70.	అయోధ్య-6 డిశంబర్, 1992	పి.వి.నరసింహారావు	2006	175
71.	అంబేడ్కర్-వికాస భారతావని దిశగా	గెయిల్ ఆంవెట్	2005	90
72.	మనస్సును జయించండి	ఏక్‌నాథ్ ఈశ్వరన్	2004	100
73.	మంత్రం	ఏక్‌నాథ్ ఈశ్వరన్	2017	175
74.	ధ్యానం	ఏక్‌నాథ్ ఈశ్వరన్	2018	200
75.	వందేమాతరం	సవ్యసాచి భట్టాచార్య		TOP
76.	వ్యాపార రంగంలో ప్రతిభామూర్తులు	దేవాంశుదత్తా	2004	90
77.	కళా రంగంలో ప్రతిభామూర్తులు	రంజితా అశోక్	2005	80
78.	క్రీడా రంగంలో ప్రతిభామూర్తులు	గులు ఎజికెల్	2005	TOP
79.	సామాజిక రంగంలో ప్రతిభామూర్తులు	శారదా బెయిల్	2005	50
80.	వైజ్ఞానిక రంగంలో ప్రతిభామూర్తులు	అనంతనారాయణ్	2004	90
81.	సాహిత్య రంగంలో ప్రతిభామూర్తులు	అత్తలూరి నరసింహారావు	2012	100
82.	భారతదేశ చరిత్ర	రోమిలా థాపర్	2011	TOP
83.	ఎల్లాప్రగడ సుబ్బారావు	రాజీవ్ నరసింహన్	2005	150
84.	దేవుడి భ్రమలో	రిచర్డ్ డాకిన్స్	2007	250
85.	నాకూ వుంది ఒక కల	వర్గీస్ కురియన్	2007	150
86.	ఆదర్శప్రాయులు		2008	50
87.	Memories of my Village-Legends of my life	M. Venkateswara Rao	2021	200
88.	మనసు పుస్తకం	అరుణా మోహన్	2008	TOP
89.	విద్య-జిడ్డుకృష్ణమూర్తి దృక్పథం	అరుణా మోహన్	2006	100
90.	వినియోగదారుడే రాజు	రాజ్యలక్ష్మిరావు	2008	200
91.	శృంగారామరుకకావ్యము	నాగళ్ళ గురుప్రసాదరావు	2010	90
92.	నాదేశం-నాజీవితం	ఎల్.కె.అద్వాని	2008	TOP
93.	అలుపెరుగని గళం	ఎమ్.వెంకయ్యనాయుడు	2010	TOP
94.	మోరీతో మంగళవారాలు	మిచ్ అల్బమ్	2007	175
95.	భూమి 96. సూర్యుడు 97. చంద్రుడు	మెల్విన్ గిల్డా బెర్గర్	2006	30 (each)
98.	ప్రజాస్వామ్యం ఒక పరిచయం	డేవిడ్ బీతం	2011	75
99.	సంగీత ప్రభంజనం-ఎ.ఆర్.రహమాన్	కామినీ మత్తయ్	2010	TOP
100.	గోదావరి గాథలు	ఫణికుమార్	2011	75
101.	డియర్ ప్రొఫెసర్ ఐన్‌స్టీన్	ఎలీస్ కాలప్రీస్	2011	175
102.	వివేక విస్ఫోటనం	ఫ్రెడ్రిక్ నీషే	2010	120
103.	Tales Retold	Alladi Kuppu Swami	2009	200
104.	Tireless voice Relentless Journey	M. Venkaiah Naidu	2010	TOP
105.	జిడ్డు కృష్ణమూర్తి జీవితం	పపుల్ జయకర్	2013	650
106.	భూచక్రం	మధురాంతకం నరేంద్ర	2013	120
107.	మళ్ళీ చెప్పిన కథలు	అల్లాడి కుప్పుస్వామి	2013	150
108.	AK 97	A.K.Khan IPS	2016	200
109.	యువతతో జగతి ముందుకు	ఎన్.ఆర్.నారాయణమూర్తి	2014	260
110.	రంగుల కలలే రెక్కలనిస్తాయి	రష్మి బన్సాల్	2015	225
111.	స్వరాజ్యం	అరవింద్ కేజ్రీవాల్	2015	100
112.	కొండ కింద కొత్తూరు	మధురాంతకం నరేంద్ర	2015	200
113.	సామాజిక ఒడంబడిక	రుసో	2018	150
114.	విక్రమ్ సారాబాయి జీవితం	అమ్రిత షా	2018	200
115.	నేను హిందువునే... ఎందువల్ల?	శశిథరూర్	2019	300
116.	విక్టర్ జారా - ఒక అసంపూర్ణ గీతం	జాన్ జారా	2021	200
117.	సరస్వతీ బజార్-కథలు	అత్తలూరి నరసింహారావు	2021	250
118.	చిన్ననాటి ఆటలు	జాస్తి శివరామకృష్ణ	2018	400
119.	బాలానందం	అలపర్తి వెంటకసుబ్బారావు	2024	750